AF748169

ഇരയല്ലിവൾ!

Nadakkavu, Kozhikode, Kerala, 673011
www.insightpublica.com
e-mail: insightpublica@gmail.com
Title: **Irayallival**
(Malayalam Poems)
Author: **Kunhappa Pattanoor**
Cover Illustration: **Chans**
First Edition:July 2023

Printed and Published by
InsightinPublica Printers & Publishers Pvt. Ltd.
ISBN 978-93-5517-414-7
₹199

ഇരയല്ലിവൾ!
(കവിതകൾ)

കുഞ്ഞപ്പ പട്ടാന്നൂർ

INSIGHT PUBLICA®

1947 ജൂൺ 1-ന് കണ്ണൂർ ജില്ലയിലെ പട്ടാന്നൂർ ഗ്രാമത്തിൽ ജനനം. പട്ടാന്നൂർ യു.പി.സ്കൂൾ, ഇരിക്കൂർ ഗവഃ ഹൈസ്കൂൾ, മട്ടന്നൂർ പഴശ്ശിരാജ കോളേജ്, തലശ്ശേരി ബ്രണ്ണൻ കോളേജ് എന്നിവിടങ്ങളിൽ വിദ്യാഭ്യാസം.

1971-ൽ ഇംഗ്ലീഷ് ഭാഷയിലും സാഹിത്യത്തിലും ബിരുദമെടുത്തു. 1973-ൽ തിരുവനന്തപുരത്തേക്ക് ജോലിതേടിയുള്ള യാത്ര. രണ്ടുവർഷക്കാലം തലസ്ഥാനത്ത് പ്രവാസജീവിതം. ആദ്യത്തെ ഒരുവർഷം വെള്ളനാട് മിത്രനികേതൻ ഹൈസ്കൂളിൽ അധ്യാപകൻ. പിന്നീടുള്ള ഒരുവർഷം തിരുവനന്തപുരം നഗരത്തിലും പരിസരപ്രദേശങ്ങളിലുമുള്ള വിവിധ ട്യൂട്ടോറിയൽ കോളേജുകളിൽ അധ്യാപനമെന്ന അതിജീവിതം.

ഇക്കാലത്താണ് സാഹിത്യ-സാംസ്കാരിക-രാഷ്ട്രീയ രംഗങ്ങളിൽ പ്രമുഖരായ പലരുമായും പരിചയപ്പെടുന്നത്. അവരിൽ ചിലരെങ്കിലും പിൽക്കാല ജീവിതത്തിൽ ഗാഢസൗഹൃദങ്ങളായും ദീപ്തസ്വാധീനങ്ങളായും നിലനിന്നവർ.

1975 മെയ് മാസം കേരള സ്റ്റേറ്റ് ഇലക്ട്രിസിറ്റി ബോർഡിൽ കാഷ്യറായി നിയമനം കിട്ടി വയനാട്ടിലെത്തുന്നു. അടിയന്തിരാവസ്ഥ ആരംഭിക്കുന്നത് വയനാടൻ നാളുകളിൽ.

2002-ൽ സൂപ്രണ്ട് തസ്തികയിൽ പെൻഷൻപറ്റി പിരിയുന്നു. ട്രേഡ് യൂണിയൻ പ്രവർത്തനത്തിന്റെ ഭാഗമായി പണിമുടക്കു സമരത്തിൽ പങ്കെടുത്തതിന്റെ പേരിൽ ശിക്ഷാനടപടികൾ അനുഭവിച്ചിട്ടുണ്ട്. ഇക്കാലയളവിൽതന്നെ, പുരോഗമന സാഹിത്യപ്രവർത്തനങ്ങളിലും സാംസ്ക്കാരിക രാഷ്ട്രീയത്തിലും നിരന്തരം ഇടപെട്ട് പ്രവർത്തിച്ചിട്ടുണ്ട്. ദേശാഭിമാനി സ്റ്റഡിസർക്കിൾ, പുരോഗമന കലാസാഹിത്യസംഘം എന്നീ സാംസ്കാരിക സംഘടനകളിൽ സംസ്ഥാന സമിതിയംഗമായിരുന്നു.

ഇപ്പോൾ സ്വസ്ഥമായ കുടുംബജീവിതവും അസ്വസ്ഥമായ കാവ്യജീവിതവും പരസ്പരം പൂരിപ്പിക്കാൻ ശ്രമിച്ചുകൊണ്ട്, ജീവിതമെന്ന അതിജീവനയുദ്ധം തുടരുന്നു.

ഭാര്യ: ശ്രീമതി ഇ. ശൈലജ. മക്കൾ: സൂര്യ, സൂന, സിതാര. പേരക്കുട്ടികൾ: ജീവേന്ദു, ജ്വലിത്, നികേത്, നക്ഷത്ര, നോറ, വിഹാൻ. അമ്മ: കാരായി പൈതൽ. അച്ഛൻ: കൊട്ടേക്കാംപാടി കുഞ്ഞമ്പു.

വിലാസം: കവിത, ചേലോറ, പി.ഒ. വാരം, കണ്ണൂർ-670 594. ഫോൺ: 0497-2721930, 9446844669

കുഞ്ഞപ്പ പട്ടാന്നൂർ

കൃതികൾ

കാവ്യ സമാഹാരങ്ങൾ

മുകുള ഗീതം (1967), അമർഷങ്ങൾ (1977),തടവറയിൽ ഒരു സംഘഗാനം (1982)
കുഞ്ഞപ്പ പട്ടാന്നൂരിന്റെ കവിതകൾ (1985),
എകെജി അറഫാത്ത് സൈമൺ ബ്രിട്ടോ (1988)
നാലാം യാമത്തിലെ യാത്രക്കാരായ നമ്മൾ (1989), തേജസ്വിനി, നീ സാക്ഷി(1991)
നർമ്മദയ്ക്ക് ഒരു പാട്ട് (1997), വയലുകൾ (1999), ഉദയപർവതം ഒരു രൂപകം (2000)
തെരഞ്ഞെടുത്ത കവിതകൾ (2002), സ്ത്രീപക്ഷ കവിതകൾ (2004), ബാഗ്ദാദ് (2005)
മഴകൾ പുഴകൾ (2008), 100 കവിതകൾ (2009),
ചില നേരങ്ങളിൽ ആരും ഒറ്റക്കല്ല (2010), നന്ദി, ഗ്രാമങ്ങളേ! (2011), കാര്യങ്ങൾ ഇപ്പോൾ തെരുവിലാണ് (2011),
ആട്ടിൻകുട്ടികളുടെ അറിവിലേക്ക് ചില കാര്യങ്ങൾ (2014)
കവിത കുഞ്ഞപ്പ പട്ടാന്നൂർ - വോള്യം 1 (2014)
കവിത കുഞ്ഞപ്പ പട്ടാന്നൂർ - വോള്യം 2 (2015)
കവിത കുഞ്ഞപ്പ പട്ടാന്നൂർ - വോള്യം 3 (2016)
കവിത കുഞ്ഞപ്പ പട്ടാന്നൂർ - വോള്യം 4 (2017)
കവിത കുഞ്ഞപ്പ പട്ടാന്നൂർ - വോള്യം 5 (2018)
തെരഞ്ഞെടുത്ത പട്ടന്നൂർ കവിതകൾ (2020)
മലയാളമേ! (2021)

ഗാന സമാഹാരം

വിപ്ലവഗാനങ്ങൾ (ആറു പതിപ്പുകൾ)

ഗദ്യ സമാഹാരം

സ്വാതന്ത്ര്യബോധത്തിന്റെ മഹാധിക്കാരം [illegible]
വർഗഭാവുകത്വം

കാവ്യ നാടകങ്ങൾ

ചരിത്രഗാഥ
തലമുറകൾ

സമർപ്പണം

'പീഡിതകളാവുമ്പോഴും പ്രതിരോധിച്ചുനിൽക്കുന്ന
സ്ത്രീജീവിതങ്ങൾക്ക്'

ഉള്ളടക്കം

കവിതകൾ

മുഖവുര

'ഇരയല്ലിവൾ!' എന്തുകൊണ്ട്?

എം.പി.ബാലറാം

കുഞ്ഞപ്പ പട്ടാന്നൂരിന്റെ പുതിയ കവിതാസമാഹാരം 'ഇരയല്ലിവൾ!' ഇവിടെ പ്രസിദ്ധീകരിക്കപ്പെടുകയാണ്. മുമ്പ് പ്രസിദ്ധീകരിച്ച പട്ടാന്നൂരിന്റെ സമാഹൃത കവിതകൾ അഞ്ചു ഭാഗങ്ങളുടേയും തുടർച്ച യായി ഈ രചനയേയും വായനക്കാർ ഇന്നു കാണാൻ ശ്രമിക്കുന്നത് സ്വാഭാവികമാണ്. എന്നാൽ പട്ടാന്നൂർ കവിതയെ സംബന്ധിച്ചുള്ള ഏറ്റവും ഉന്നതമായ സത്യങ്ങൾ വെളിവാകുന്നത് ഇത്തരം യാന്ത്രിക മായ തുടർച്ചകളിലല്ലെന്ന് 'ഇരയല്ലിവൾ!' അസന്നിഗ്ധമായി നമ്മെ ഇന്ന് ധരിപ്പിക്കുന്നുണ്ട്.

ഇടമുറിയാത്ത ഒഴുക്കായി സ്വന്തം കാവ്യഭാവനയെ കണ്ട ആരംഭകാ ലത്തിൽ നിന്ന് തുടങ്ങിയവനാണ് ഈ കവി. ഇന്നാകട്ടെ നാടിന്റെയും നാട്ടിലെ ജീവിതങ്ങളുടേയും നിലനിൽക്കുന്ന ദർശനങ്ങളുടേയും സർഗ്ഗാ ത്മക ഭാവനകളുടേയുമെല്ലാം ആഖ്യാനങ്ങൾ ഉറവവറ്റി ഇടമുറിഞ്ഞൊ ഴുകുന്നത് കവി കാണുന്നു. തുടർച്ചയല്ല ഇടർച്ചയാണ് ജീവിതത്തിന്റെ ഇന്നത്തെ പരമമായ യാഥാർത്ഥ്യം.

വിപ്ലവദർശനങ്ങളുടെ എന്ന പോലെ വിപ്ലവപ്രസ്ഥാനങ്ങളുടേയും ഇടർച്ചകളെ മുഖത്തോടു മുഖം എതിരിടുന്നവയായി കുഞ്ഞപ്പ പട്ടാ ന്നൂരിന്റെ പുതിയ കവിതാസമാഹാരം പരിണമിക്കുകയാണ്. ഈ പരിണാമം ഏറെ പുരോഗമനാത്മകമാണെന്ന് കാണാൻ കഴിയാത്തത് നമ്മുടെ കവിതാഭാവുകത്വത്തിന്റെ പരാജയത്തെയാണ് കുറിക്കുന്നത്.

കവിത വിപ്ലവാഖ്യാനങ്ങളുടെ അനുബന്ധഗാഥ മാത്രമല്ലെന്നും വിപ്ലവത്തിന്റെ പേരിൽ അരങ്ങു തകർക്കുന്ന പ്രതിലോമ ചിന്തകളുടെ ആർജ്ജവമാർന്ന വിമർശനം കൂടിയാണെന്നും 'ഇരയല്ലിവൾ!' ഓർമ്മി പ്പിക്കുന്നു. കുഞ്ഞപ്പ പട്ടാന്നൂരിന്റെ 'സമാഹൃത കവിതകൾ' അഞ്ചു ഭാഗ ങ്ങൾക്കു ശേഷം പുറത്തിറങ്ങുന്ന 'ഇരയല്ലിവൾ !' സമകാലികതയുമായു ള്ള സൂക്ഷ്മ സംവാദങ്ങളുടേയും നിശിത വിമർശനങ്ങളുടേയും ജീവത്തായ തെളിവുകളായിത്തീരുന്നു. നൂതനമായ ഓരോ കാവ്യരചനയും നൂതനമായ ഒരു ഭാവുകത്വത്തേയും അനിവാര്യമാക്കുന്നുണ്ട്. ഇക്കാര്യം 'ഇരയല്ലിവൾ! ' ഒരിക്കൽക്കൂടി നമ്മെ ബോദ്ധ്യപ്പെടുത്തുന്നുണ്ട്.

അവതാരിക

മൃത്യുസന്ധിയുടെ മുഴക്കങ്ങൾ

എം.പി രാധാകൃഷ്ണൻ

കുഞ്ഞപ്പപട്ടാന്നൂരിനെ ഇന്ന് ആർക്ക് വേണം? ആഗോള കമ്പോളത്തിന്റെ ഭോഗപ്പുളപ്പിൽ മദിച്ചു കഴിയുന്ന മലയാളിക്ക് പട്ടാന്നൂർ തീർത്തും അപരിചിതനാണ്. ദശകങ്ങളായി മലയാളകാവ്യലോകത്ത് ചോരച്ചാലുകൾ കീറി അവബോധ താണ്ഡവമാടിയ ഈ കവിയെ നോക്കിനിൽക്കെത്തന്നെ ഒരു പുരാവസ്തു കൗതുകമാക്കി മാറ്റിയ നമ്മുടെ ഇടതുപക്ഷ സാഹിത്യ ഗുരുക്കന്മാർ നുണകൾ കൊണ്ട് കോട്ടകൾ കെട്ടി സത്യാനന്തരമാളികകളിൽ സുരക്ഷിതമായി പാർപ്പുറപ്പിച്ചവരാണ്. തീർച്ചയായും പട്ടാന്നൂരിന്റെ ശബ്ദം ഇന്നും അവരെ അലോസരപ്പെടുത്തുന്നു. എന്നാൽ അസാധാരണമായ ഉദാസീനതയോടെയാണ് പട്ടാന്നൂരിന്റെ ശബ്ദത്തോട് അവർ പ്രതികരിക്കുന്നത്.

പട്ടാന്നൂർ എഴുതുമ്പോൾ എഴുത്ത് ചോരയായും ചോര എഴുത്തായും അവസ്ഥാന്തരപ്പെടുന്നത് കാണാം. ഈ കവിയുടെ അവബോധത്തിന്റെ ഛന്ദസ്സ് അതിന്റെ തനിമയിൽ അറുപതുകളുടെ അവസാനത്തോടെയാണ് പ്രകാശിതമാവുന്നത്. ഇന്ന് കൊടും ദാരിദ്ര്യം നമ്മുടെ പരിസരത്ത് കേട്ടുകേൾവിപോലും അല്ലാതായിരിക്കുന്നു. എന്നാൽ അതിന്റെ മടിത്തട്ടിലാണ് പട്ടാന്നൂരിന്റെ ജീവിതം തുടക്കം കുറിച്ചത്. തന്റെ ജീവിതത്തിന്റെ അടിസ്ഥാന ശ്രുതിയായി ഒരു വലിയ കാലയളവോളം ഇല്ലായ്മ നിലനിന്നു. കലാലയ വിദ്യാർത്ഥിയായിരുന്നപ്പോൾ വൈകുന്നേരങ്ങളിൽ ബ്രണ്ണന്റെ കാമ്പസ്സിന്റെ പിറകിലുള്ള ചേരമാൻ കുന്നായിരുന്നു പട്ടാന്നൂരിന്റെ താവളം. കൂട്ടിന് അതൃപ്തിയായ ഒരു കാമുകിയും. കാവ്യഭാവന എന്ന പേരുകേട്ട ഈ കാമുകിയുമായുള്ള പ്രണയബന്ധം കവിയുടെ എഴുപത്തഞ്ചാം വയസ്സിലും ഉലയാതെ കത്തി നിൽക്കുന്നു. സുഹൃത്തുക്കളിൽ പലരും വൈകുന്നേരങ്ങളിൽ ചായക്ക് സൽക്കരിക്കുമ്പോഴും അഭിമാനിയായ കവി എങ്ങും പോവാതെ വിശപ്പും ദാഹവും വിഴുങ്ങി ചേരമാൻ കുന്നിന്റെ മുകളിൽ നിന്നും സൂര്യാസ്തമയത്തിന്റെ സൗന്ദര്യം നുകരുമായിരുന്നു. സാന്ധ്യശോഭയുമായുള്ള കവിയുടെ അക്കാലത്തെ സംവാദത്തിന് എന്തെന്നില്ലാത്ത ഔഷധമൂല്യമുണ്ടായിരുന്നു.

ബിരുദ വിദ്യാർത്ഥിയായിരിക്കെത്തന്നെ ഗ്രന്ഥകർത്താവാകാനും കവിതയെഴുത്തിനും കാമ്പസ്സിലെ സാഹിത്യ പ്രവർത്തനങ്ങൾക്ക് പുതുപുത്തൻ

സർഗ്ഗമാനങ്ങൾ നൽകാനും പട്ടാന്നൂരിനു കഴിഞ്ഞു. വിട്ടുവായത്തത്തിന്റേത ല്ലാത്ത അസാധാരണ സത്യസന്ധതയുടെ രക്തമുദ്രയാൽ അങ്കിതമായിരുന്ന അക്കാലത്ത് ബ്രണ്ണൻ കാമ്പസ്സ്. ക്ഷുഭിതരായ യുവാക്കളുടെ സാന്നിധ്യം കൊണ്ട് അനുഗൃഹീതമായിരുന്ന എഴുപതുകളിൽ ബ്രണ്ണൻ കലാലയം. ഒരു സാംസ്കാരിക നായകന്റെ തലയെടുപ്പോടെ തന്നെ സംഭവബഹുമാലമായ സർഗ്ഗജീവിതത്തിനുടമയാവാൻ ഇക്കാലത്ത് പട്ടാന്നൂരിന് കഴിഞ്ഞു.

ബ്രണ്ണനിലെ സഹവാസകാലം കഴിഞ്ഞ് ബിരുദാനന്തര പഠനകാലത്തെ രണ്ടു വർഷത്തെ ഇടവേളക്കു ശേഷം 1973ൽ വീണ്ടും പട്ടാന്നൂരുമായി സന്ധി ക്കാൻ എനിക്കു കഴിഞ്ഞു. തൊഴിലന്വേഷിച്ചു കൊണ്ട് ഞങ്ങൾ രണ്ടുപേരും തലസ്ഥാന നഗരിയിൽ ഏറെക്കാലം അലഞ്ഞു. ആയിടക്ക് ഏ.കെ.ജിയെ കാണാനും അനുഗ്രഹം വാങ്ങാനും ഒരു അസാധരണ സന്ദർഭം ഞങ്ങൾക്ക് ലഭിച്ചു. പി.ജി. ആയിരുന്നു അതിന് മുൻകൈ എടുത്തത്. ഞങ്ങൾ രണ്ടുപേ രെയും പി.ജി. ഏ.കെ,ജി യുടെ കിടപ്പുമുറിയിലേക്ക് കൊണ്ടുപോയി. "എനി ക്കിഷ്ടപ്പെട്ട എഴുത്തുകാരാണ് ഇവർ" എന്ന മുഖവുരയോടെ ഏ.കെ.ജി.ക്ക് ഞങ്ങളെ പരിചയപ്പെടുത്തി. നഗരത്തിലെ അലച്ചലിൽ ഞങ്ങൾ രണ്ടുപേരും ക്ഷീണിതരായിരുന്നു. ഞങ്ങളെ നോക്കി "ഈ എഴുത്തുകാരെ ആരും ശ്ര ദ്ധിക്കുന്നില്ലേ?"എന്ന് ആർദ്രതയോടെ ഏ.കെ.ജി. പ്രതികരിച്ചത് ഞങ്ങളെ വല്ലാതെ സ്പർശിച്ചു.

തീർത്തും കലുഷിതമായ എഴുപതുകളിൽ തലസ്ഥാന നഗരിയിൽ നടന്ന ഈ കൂടിക്കാഴ്ച ഞങ്ങളുടെ രണ്ടുപേരുടെയും ജീവിതത്തിലെ ഒരു നാഴികക്കല്ലാ യിരുന്നു. വർഷങ്ങൾക്കു ശേഷം തലശ്ശേരി അക്രമ രാഷ്ട്രീയത്തിൽ കത്തിയെ രിയുമ്പോൾ നഗരത്തിലെ ഒരു കവലയിൽ വെച്ച് ഒരു സന്ദർഭത്തിൽ എ.കെ. ജി ഞങ്ങളുടെ മേൽ ചൊരിഞ്ഞ ആർദ്രതയെക്കുറിച്ച് വികാരവിവശനായി ഞാൻ സദസ്സിനെ ഓർമ്മിപ്പിക്കുകയുണ്ടായി. ആർദ്രതയുടെ രാഷ്ട്രീയം എവി ടേക്കാണ് അപ്രത്യക്ഷമായത് എന്ന് തീവ്രവേദനയോടെ ഞാൻ ചോദിച്ചതും ഓർമ്മയിൽ വരുന്നു. പുതിയ സഹസ്രാബ്ദത്തിലെ പട്ടാന്നൂർ രചനകളിലെല്ലാം ആവിഷ്കൃതമാവുന്നത് ഈ തീവ്രവേദന തന്നെ. ഇങ്ങനെ നോക്കുമ്പോൾ ഒരു ദശാസന്ധിയുടെ കവിതയാണ് പട്ടാന്നൂർ കവിത എന്ന് നിസ്സംശയം പറയാൻ പറ്റും.

പട്ടാന്നൂരിന്റേതായി 'ഉറവകൾ' എന്ന ഒരു രചനയുണ്ട്;

ഉറവകൾ

രക്തസാക്ഷിക്കുന്നുകളിൽ നിന്നും
നീരുറവകൾ
ഇപ്പോഴും കീഴോട്ടൊഴുകുന്നുണ്ട്
ആദ്യം
സ്വപ്നവേഗത്തിന്റെ ചാലിട്ടൊഴുക്കുകൾ

പെട്ടെന്ന്
ക്രോധാവേശത്തിന്റെ ലാവാപ്രവാഹങ്ങൾ
പിന്നെ സാവകാശം സഞ്ചരിച്ച്
സമതലങ്ങളിലെത്തി
സിരമുറിഞ്ഞും സ്വപ്നം മുറിഞ്ഞും
താളം മുറിഞ്ഞും വേഗം മുറിഞ്ഞും
തളം കെട്ടുകയാണ്.
പിന്നെപ്പിന്നെ
കെട്ടിക്കിടന്നഴുക്കുകൾക്കാവാസമായ്
കൃമികീടങ്ങൾക്കാഹ്ലാദമായ്
ദീർഘദൂരത്തിന്റെ
യാനവേഗങ്ങളും മറന്ന്
ഒടുവിലൊടുവിൽ ചരിത്രസങ്കടങ്ങളായ് മാറുകയാണ്
ജൈവജാഗ്രതയുടെ സാന്നിധ്യങ്ങളായ
ഈ ഉറവകൾ"

ഈ ചീഞ്ഞു നാറ്റത്തെ എങ്ങനെ അപനിർമ്മിച്ചെടുക്കാൻ പറ്റും ? കേരളമടക്കം ലോകത്ത് പലയിടങ്ങളിൽ ഉദയം ചെയ്ത കമ്മ്യൂണിസ്റ്റ് പ്രസ്ഥാനങ്ങൾക്ക് ചാലകശക്തി നൽകിക്കൊണ്ടിരുന്ന പാർട്ടി എന്ന അപ്പാരട്ടസ്സ് ഒരിടത്തു വെച്ച് കേന്ദ്രീകൃത അധികാരം എന്ന തിന്മയിൽ ആണ്ടുപോവുകയുണ്ടായി. ലെനിന്റെ കാലഘട്ടം തന്നെ ഈ അഴുകലിന് സാക്ഷ്യം വഹിച്ചിരുന്നു. കലവറയില്ലാത്ത ജനാധിപത്യ അവബോധത്തിന്റെ മാധ്യമമായി വർത്തിക്കുന്നതിനു പകരം വെറും അധീശത്വവാഞ്ഛയുടെ ഉപകരണമായി വിപ്ലവാനന്തര റഷ്യയിൽ പാർട്ടി അധഃപതിച്ചു. സ്റ്റാലിന്റെ വരവോടെ ജനാധിപത്യ അവബോധം പുറംകടലിലേക്ക് വലിച്ചെറിയപ്പെട്ടു. പിൽക്കാലത്ത് ബ്രെഷ്നേവിന്റെ സാമ്രാജ്യത്വ അഭിനിവേശങ്ങൾക്ക് കമ്മ്യൂണിസ്റ്റ് പ്രസ്ഥാനത്തിനു വലിയവിലകൊടുക്കേണ്ടിവന്നു. ഫലത്തിൽ റഷ്യൻ ഭരണകൂടവും അമേരിക്കൻ ഭരണകൂടവും കൂട്ടായി തന്നെ പിന്നീട് അസംഖ്യം ഭീകരശക്തികളുടെ കളിത്തൊട്ടിലായി ഭൂമിയെ മാറ്റിയെടുത്തു. അവിടുന്നിങ്ങോട്ട് നമുക്കെല്ലാം പ്രിയംകരിയായ ഭൂമി അസാധാരണതാളത്തിൽ ഇന്നും ആടിക്കൊണ്ടിരിക്കുന്നു.

ഈ വിഷമവൃത്തത്തിനകത്താണ് പട്ടാന്നൂരിന്റെ ധർമ്മസങ്കടം ആവിഷ്കൃതമാവുന്നത്. ലോകവിപ്ലവ ചരിത്രം നൽകുന്ന പാഠങ്ങൾ വളരെ വിലപ്പെട്ടതാണ്. വർഗ്ഗ ശത്രുക്കളെ സംഘടിതമായി നിശ്ശബ്ദമാക്കാൻ ഇറങ്ങിത്തിരിച്ചവർ തന്നെ പിന്നീട് ജനാധിപത്യ ഘാതകരായി പരിണമിച്ചു. എല്ലായിടത്തും തലയോട്ടുകൾ കുന്നുകൂടി. മാർക്സിയൻ ദർശനത്തിന്റെ അടിത്തറയായിരുന്ന മാനവികതയുടെ താളം എല്ലായിടത്തും അട്ടിമറിക്കപ്പെട്ടു.

കണ്ണുതുറപ്പിക്കുന്ന ഉൾക്കാഴ്ചകളിലൂടെ പട്ടാന്നൂർ ഈ മുതുസന്ധിയുടെ ഭീകരതകൾ വ്യക്തമാക്കിത്തരുന്നു. "തിരിച്ചു പോക്കുകൾ" എന്ന കവിതയിൽ ഈ പ്രതിസന്ധിയുടെ ചിത്രം നമുക്ക് ലഭിക്കുന്നു.

തിരിച്ചു പോക്കുകൾ

ദിശമാറിപ്പറന്ന ദേശാടനപ്പക്ഷികൾ
തിരിച്ചു പോവുകയാണ്.
പുണ്യം കാണാൻ മലകേറിയ ശരണാർത്ഥികൾ
തിരിച്ചു പോവുകയാണ്.
പുൽക്കൂട്ടിലെ പിറവിക്ക് സാക്ഷിയാവാൻ
വിദ്വാന്മാരും വഴികാട്ടിയ നക്ഷത്രങ്ങളും
തിരിച്ചു പോവുകയാണ്
സമത്വം കിനാവുകണ്ട സ്വപ്നാടകരും
സഹനങ്ങളുടെ ചുമടേറിയ ത്യാഗികളും
തിരിച്ചു പോവുകയാണ്
അണകളിലും അഴുക്കുകളിലും ഗതിമുട്ടി
അരുവികളും പുഴകളും
ഉറവിടങ്ങളിലേക്കു പോകാനെന്നോണം
പുറപ്പെട്ടു പോവുകയാണ്.
ഇനിയിപ്പോൾ ആരാണ് ബാക്കി ?
കവിതയുടെ കുത്തൊഴുക്കിൽ പൊറുതികെട്ട്
കരയെടുക്കാൻ മറുകരകാണാതെ
കവിമാത്രം
ഈ കരയിൽ കാത്തുനിൽക്കുന്നു.

ഇവിടെ ആരും ഒറ്റക്കല്ല എന്ന് ഭംഗ്യന്തരേണ ഒരു കാലത്ത് പട്ടാന്നൂർ പാടിയെങ്കിലും വർത്തമാന കാലത്ത് കവി കടന്നു പോവുന്ന ഏകാന്തതക്ക് സമാനമായ ഒരു മുഹൂർത്തം എങ്ങുമില്ലെന്ന് തോന്നിപ്പോവുന്നു. തന്റെ തൊണ്ട കീറുന്നതുവരെ ഉറക്കെ പീഡാനുഭവത്തിന്റെ കൊടും ഭീകരതകൾ എണ്ണിയെണ്ണി ലോകസമക്ഷം വെളിപ്പെടുത്തിക്കൊണ്ടിരുന്ന കവി അനിവാര്യമായും ഒരിടത്തുവെച്ച് ഊർജ്ജപ്രതിസന്ധിയെ നേരിടുന്നു. ഈ കടമ്പക്കുമുന്നിൽ ഉയിർത്തെഴുന്നാൽക്കാനാവാതെ താൻ നിലംപതിക്കുമെന്ന് കവിക്ക് ഉറപ്പുണ്ട്. എന്നാൽ ശീലം കൊണ്ട് വീണ്ടും വീണ്ടും രോഷാകുലനായി കവി നിസ്സഹായരും അപമാനിതരുമായ മനുഷ്യരെച്ചൊല്ലി അട്ടഹസിച്ചു കൊണ്ടിരിക്കുന്നു. ഈ അട്ടഹാസം ഒരു വൃഥാവ്യായാമമാണ് എന്ന് കവി നല്ലപോലെ മനസ്സിലാക്കുന്നുണ്ട്. എന്നാൽ ഈ ദശാസന്ധിയിൽ കവിക്ക് മറ്റൊന്ന് തിരഞ്ഞെടുക്കാനില്ല. 'കലുഷ' ത്തിലെ ഈ വരികൾ ശ്രദ്ധിക്കുക:

"കലുഷമാകുന്നു കണ്ണിലെ കാഴ്ചകൾ
കലുഷമാകുന്നു കാതിലെ കേൾവികൾ
കലുഷമാകുന്നു കാട്ടിലെ ചോലകൾ
കലുഷമാകുന്നു കവിതയും കാലവും
കലുഷമാകുന്നു ജീവിതം ജീവനും"

ഉത്തരങ്ങളില്ലാത്ത ചോദ്യങ്ങളാണ് എക്കാലത്തും പട്ടാന്നൂരിനെ കവിതയോട് അടുപ്പിച്ചു നിർത്തിയത്. നമുക്ക് ചുറ്റും മതപുരോഹിതരുണ്ട്, വിശുദ്ധ ഗ്രന്ഥങ്ങളുണ്ട്, ദേവാലയങ്ങളുണ്ട്, തലതൊട്ടപ്പന്മാരായ ജനനായകരുണ്ട്. എന്നാൽ ഇവക്കൊന്നും നൽകാനാവാത്തത് കവിത നമുക്ക് നൽകുന്നു. വ്യക്തിത്വപ്രതിസന്ധികളിൽ ചിലപ്പോൾ നമുക്ക് ഒരേഒരു തുണ കാവ്യഭാവനമാത്രമാണ്. ഒരു ആവരണവുമില്ലാതെ മനസ്സിന്റെ നഗ്നതയിൽ നിലനിൽപ്പിന്റെ ആനന്ദവും ഭീകരതയും ഒരുപോലെ കവിത അനുഭവിപ്പിച്ചു തരുന്നു. കവിതയുടെ തീമൊഴിയിലൂടെ മനുഷ്യസാധാരണങ്ങളായ എല്ലാ അനുഭവങ്ങളിലൂടെയും അവയുടെ സമഗ്രതയിൽ നാം കടന്നു പോവുന്നു. മടുപ്പ്, അനിശ്ചിതത്വം, ഭ്രാന്ത്, നിസ്സഹായത, ആർദ്രത എന്നീ മൂല്യവത്തങ്ങളായ അനുഭവങ്ങളെ നേരിൽ നമ്മൾ അറിയുന്നു.

ഒരു ബിംബത്തിന്റെയോ തലതൊട്ടപ്പന്റെയോ വിശുദ്ധ സൂക്തങ്ങളുടെയോ സഹായമില്ലാതെ തന്നെ ജീവിതവുമായും മരണവുമായും കവിതയിലൂടെ മുഖാമുഖം മനുഷ്യരാശിക്കു സംവദിക്കാനാവുന്നു.

ഈ സംവാദം വളരെ വിലപ്പെട്ടതാണ്.

തലയെടുപ്പുള്ള കവികളും സഹൃദയ സമൂഹവും എല്ലാം ഉൾക്കൊള്ളുന്ന ജനരാശിയും നിറഞ്ഞു നിന്ന സംവാദമണ്ഡലങ്ങൾ ഒരു കാലത്ത് അങ്ങിങ്ങായി ഭൂമിയിൽ ഉണ്ടായിരുന്നു.

ഈ സംവാദമണ്ഡലങ്ങൾ പാടെ ഭൂമിയിൽ നിന്നും ഇന്നും അപ്രത്യക്ഷമായ മട്ടുണ്ട്.

മനുഷ്യമനസ്സിൽ നിന്നും സർഗ്ഗഭാവന അപഹരിക്കപ്പെടുന്ന പക്ഷം ബാക്കിയാവുന്നത് ഒരു തരിശു ഭൂമിയാണ്. കാവ്യഭാവന മനുഷ്യമനസ്സുമായി കെട്ടുപിണഞ്ഞു കിടക്കുന്നു.

ആരാണ് സ്വപ്നം കാണാത്തത്?
ആർക്കാണ് ഗൃഹാതുരതയില്ലാത്തത്?
ആരാണ് ആനന്ദത്തിനു വേണ്ടി ദാഹിക്കാത്തത്? ~
ഒരു പുത്തൻ ലോകത്തെ ആരാണ് ഭാവനചെയ്യാത്തത്?

സഹൃദയത്വത്തിന്റെ ബീജം നമ്മളിൽ എല്ലാവരിലുമുണ്ട്. എന്നാൽ നമ്മെയെല്ലാം അസ്വസ്ഥമാക്കുന്ന ഒരു സുപ്രധാനസത്യമുണ്ട്. 90കൾക്കു ശേഷം മനുഷ്യരാശിയുടെ സഹൃദയത്വത്തിനും കവിയുടെ സംവേദന ക്ഷമതക്കും എതിരെ ഗൂഢാലോചന നടത്തുന്ന കറുത്ത ശക്തികൾ ഭൂമുഖത്ത് പെരുകി വരുന്നുണ്ട്.

മനുഷ്യാവകാശ ലംഘനങ്ങൾക്കെതിരെ പോരാടിയ എത്രയോ കവികളും സാംസ്കാരിക പ്രവർത്തകരും ഇന്ന് ഇരുമ്പഴികൾക്കുള്ളിലാണ്. സമീപകാലം ഇന്ത്യകണ്ട തലയെടുപ്പുള്ള മനുഷ്യാവകാശ പ്രവർത്തകനായ സ്റ്റാൻസാമിയെ തടവറയിലേക്കു വലിച്ചെറിഞ്ഞ ഇന്ത്യൻ ഭരണകൂടം പാർക്കിൻസോണിസം ബാധിച്ച് വിറക്കുന്ന കൈകളുമായി വെള്ളം മോന്താനാവാതെ "സ്ട്രോ വേണം"

എന്ന് പറഞ്ഞപ്പോൾ അതും നിരസിക്കുകയാണ് ചെയ്തത്. നരഭോജികളുടെ മനുഷ്യത്വം പോലും കാട്ടാത്ത ഇന്ത്യൻ ഭരണകൂടം എന്തടിസ്ഥാനത്തിലാണ് ഒരു മഹത്തായ സംസ്കൃതിയുടെ അവകാശികൾ എന്ന് വീമ്പു പറയുന്നത്? ഇതിൽ ലജ്ജിക്കാനേ നമുക്ക് കഴിയൂ.

ഭൂമിയിലെ ഏറ്റവും ആർദ്രചിത്തരായ കവികളെ തൂക്കിലേറ്റാൻ വെമ്പുന്ന ഭരണകൂടങ്ങൾ ഇന്ന് ഭൂമുഖത്തുണ്ട്.

ഈ വിരോധാഭാസത്തെ നമ്മൾ എങ്ങനെ നേരിടും.

ഭൂമിയിൽ ഇന്ന് അനിശ്ചിതത്വത്തിന്റെ നിമിഷങ്ങൾ ആണ് എങ്ങും. ഈ നിമിഷങ്ങളെ അവബോധത്തിന്റെ രാസവിദ്യയിലൂടെ കണ്ണുതുറപ്പിക്കുന്ന വാക്കുകളും ബിംബങ്ങളും ആക്കി മാറ്റിയെടുക്കാൻ കഴിയണം.

തീവ്രമിക്കുന്ന കാവ്യാഖ്യാനങ്ങൾക്ക് ഭരണകൂടങ്ങളെ അട്ടിമറിക്കാൻ ആവും. ഒരു ജനാധിപത്യ സമൂഹത്തിലെ യഥാർത്ഥ ഭരണാധികാരികൾ ജനങ്ങൾ തന്നെയാണ് എന്ന സത്യമാവും അത്തരം ആഖ്യാനങ്ങൾ നാളെ മുന്നോട്ട് വെക്കുന്നത്. പട്ടാന്നൂരിന്റെ കാവ്യസാധനയും സാർത്ഥകമാവുന്നത് ഈ ഉൾക്കാഴ്ചയുടെ ബലത്താൽ മാത്രമാണ്.

ഉറവകൾ

രക്തസാക്ഷിക്കുന്നുകളിൽ നിന്നും
നീരുറവകൾ
ഇപ്പോഴും കീഴോട്ടൊഴുകുന്നുണ്ട്
ആദ്യം
സ്വപ്നവേഗത്തിന്റെ ചാലിട്ടൊഴുക്കുകൾ

പെട്ടെന്ന്
ക്രോധാവേശത്തിന്റെ ലാവാ പ്രവാഹങ്ങൾ
പിന്നെ
സാവകാശം സഞ്ചരിച്ച്
സമതലങ്ങളിലെത്തി

സിരമുറിഞ്ഞും സ്വപ്നം മുറിഞ്ഞും
തളം മുറിഞ്ഞും വേഗം മുറിഞ്ഞും
തളം കെട്ടുകയാണ്

പിന്നെപ്പിന്നെ
കെട്ടിക്കിടന്നഴുക്കുകൾക്കാവാസമായ്
കൃമികീടങ്ങൾക്കാഹ്ലാദമായ്
ദീർഘദൂരത്തിന്റെ
യാനവേഗങ്ങളും മറന്ന്
ഒടുവിലൊടുവിൽ ചരിത്രസങ്കടങ്ങളായ് മാറുകയാണ്
ജൈവജാഗ്രതയുടെ സാന്നിദ്ധ്യങ്ങളാവ
ഈ ഉറവകൾ

2014 ഫെബ്രുവരി/ടാഗ്സ് വോയ്സ്

അക്ഷരങ്ങളിൽ കത്തി നിൽക്കുന്ന നക്ഷത്രങ്ങൾ

ശേഷക്രിയകൾക്കായി
ആരുണ്ട്

എന്തുവന്നാലും ഞാൻ പതറില്ല
എന്നുപറയാൻ ശേഷിയുള്ള
മകളുണ്ട്.
അച്ഛൻ കഥകൾ തിരുത്തിയെഴുതാൻ
പ്രാപ്തിയുള്ള
ഒരു മകൾ

സുകുമാരന്റെ സഖിയായവൾക്ക്
കൂട്ടായി കരുത്തായി
ഇനി ആരുണ്ട്
കഥകളിൽ ശേഷിക്കുന്നവന്റെ
കൂട്ടുണ്ട്
വിനാശങ്ങളെ വെല്ലുന്ന
വാക്കുകളുടെ കരുത്തുണ്ട്
തിരകളിൽ പാടിയെത്തുന്ന
കാറ്റുണ്ട്
അക്ഷരങ്ങളിൽ കത്തി നിൽക്കുന്ന
നക്ഷത്രങ്ങളുണ്ട്.

2018 മെയ്/ജനശക്തി

തിരിച്ചുപോക്കുകൾ

ദിശമാറിപ്പറന്ന ദേശാടനപ്പക്ഷികൾ
തിരിച്ചുപോവുകയാണ്
പുണ്യം കാണാൻ മലകേറിയ ശരണാർത്ഥികൾ
തിരിച്ചുപോവുകയാണ്
പുൽക്കൂട്ടിലെ പിറവിക്കു സാക്ഷിയാവാൻ വന്ന
വിദ്വാന്മാരും വഴികാട്ടിയ നക്ഷത്രങ്ങളും
തിരിച്ചുപോവുകയാണ്
സമത്വം കിനാവുകണ്ട സ്വപ്നാടകരും
സഹനങ്ങളുടെ ചുമടേറ്റിയ ത്യാഗികളും
തിരിച്ചുപോവുകയാണ്
അണകളിലും അഴുക്കുകളിലും ഗതിമുട്ടി
അരുവികളും പുഴകളും
ഉറവിടങ്ങളിലേക്കു പോകാനെന്നോണം
പുറപ്പെട്ടുപോവുകയാണ്
ഇനിയിപ്പോൾ ആരാണ് ബാക്കി?
കവിതയുടെ കുത്തൊഴുക്കിൽ പൊറുതികെട്ട്
കരയടുക്കാൻ മറുകര കാണാതെ
കവിമാത്രം
ഈ കരയിൽ കാത്തുനിൽക്കുന്നു.

2019 മാർച്ച്/ജനശക്തി

പോറ്റുമൃഗങ്ങൾ

പണ്ടുകാലത്തേ
പോറ്റി വളർത്താൻ
മനുഷ്യന്
ചിലതിനെ ഉപയോഗിക്കാൻ
ചിലതിനെ ഉപഭോഗിക്കാൻ
ഇനിയും ചിലതിനെ
ഉഭയാവശ്യങ്ങൾക്ക്

മൃഗങ്ങളായ മൃഗങ്ങളെയൊക്കെയും
ഉപയോഗിച്ചും ഉപഭോഗിച്ചും
ചരിത്രപഥങ്ങളിൽ
സഞ്ചരിച്ച കൗശലക്കാരൻ
മനുഷ്യൻ!

ബഹുസ്വരതയുടേതായ
ഈ ആധുനികാന്തര കാലത്ത്
പോറ്റുമൃഗങ്ങളെ പോറ്റുന്നതിലുമുണ്ടല്ലോ
ബഹുസ്വരമാനങ്ങൾ (ഇല്ലേ?)

കീഴാളനെ കീഴാളനും
എഴുത്താളനെ എഴുത്താളനും
ഉപയോഗിച്ചും
ഉപഭോഗിച്ചും
പോറ്റു മൃഗങ്ങളാക്കുന്നു.
മനുഷ്യനെന്ന മൃഗം
അപരജന്മങ്ങളെയൊക്കെയും
പോറ്റു മൃഗങ്ങളാകുന്നു!

2019 മാർച്ച്/മാനവികത മാസിക

ചാകര

വലയെറിയാൻ കടലിൽ പോകാതെ
കരയിൽ നിന്നും കുഴലൂതുന്ന
കള്ളവലക്കാരൻ...
കുഴൽ വിളിയിൽ മതികെട്ട്
മതികെട്ടാൻ മലയിൽ കേറാൻ
മീനായ മീനെല്ലാം
കരയടുക്കുന്നു...

കരയടുത്തപ്പോൾ
പൊരിമണലിൻ തിരതല്ലൽ കണ്ട്
തിരയടിക്കും കടലെന്നു കരുതി
മീനായ മീനെല്ലാം
കരകേറുന്നു...
കരകേറി കരിമണലിൽ
കരൾ കരിഞ്ഞ്
ചതിയറിഞ്ഞ്
തലതല്ലുന്നു...
ഒരു കടപ്പുറത്തുനിന്നും
മറ്റ കടപ്പുറത്തേക്ക്
കുഴലും കൂത്തുമായ്
കള്ളവലക്കാരൻ
കളി തുടരവേ
ചാകര പെരുകുന്നു

ചാകര പെരുകുമ്പോൾ
ചതികളും പെരുകുന്നു

കടലിൽ പോകാതെ
കടൽക്കോളിൻ ചൂരറിയാതെ
കള്ളവലക്കാരൻ
കുഴലൂത്തു തുടരുമ്പോൾ
മീൻ കുലവും മുടിയുന്നു
ചതിയിൽ പെട്ടുഴലും മീനുകളുടെ
ചാകര!

2019 മാർച്ച്/ഗ്രന്ഥാലോകം

സഞ്ചരിക്കുന്നവർ

പായ് വഞ്ചികളിലും പത്തേമാരികളിലും
സഞ്ചരിച്ചവർ
ആഡംബരക്കപ്പലുകളിലും
ഒറ്റയാൻ യാനവേഗങ്ങളിലും
സമകാലത്ത് യാത്രപോയവർ

തന്റേതായ ഇടം
ഇല്ലെങ്കിലെന്താ
ഇടങ്ങളായ ഇടങ്ങളൊക്കെയും
ഇടത്താവളങ്ങളാക്കുന്നവർ
മഞ്ഞുപെയ്യും കാലത്ത്
ഉഷ്ണമേഖലയിലെ ഉത്സവങ്ങളിൽ
കൊടുംവേനൽ കൊടുമയിൽ
മഴക്കാടുകളുടെ പനിനീർകുളിർമയിൽ
അവർ സുഖവസിക്കുന്നു.

ചരിത്രത്തിന്റെ പേരേടുകളിൽ
സ്വന്തം കർമ്മകാണ്ഡങ്ങൾ
ആവർത്തിച്ച് എഴുതിച്ചേർക്കുന്നവർ
മറ്റുള്ള പേരുകളെല്ലാം
അപ്പപ്പോൾ മായ്ച്ചു കളയുന്നവർ

പുഴയൊഴുക്കിൽ
ഒഴുക്കിനൊപ്പം പൊങ്ങിക്കിടക്കും
ഒരിക്കൽ പോലും
ഒഴുക്കിനെതിരെ നീന്താനൊരുങ്ങില്ല
എന്നാലെന്താ
എല്ലാ ഒഴുക്കുകളും
എന്നോടൊപ്പമെന്നു ഭാവിക്കും!
കൊടുമുടികളിൽ നിന്ന് കൊടുമുടികളിലേക്ക്
കടലാഴങ്ങളിൽ നിന്ന് കടലാഴങ്ങളിലേക്ക്
സഞ്ചരിക്കാൻ തയ്യാറെന്ന് പുറപ്പെട്ടു നിൽക്കും,
പക്ഷെ, പുറപ്പെട്ടുപോകില്ല

മേഘമാളികവിട്ട്
മണലാരണ്യമേട്ടകളിലേക്ക്
വീട്ടമാറാൻ തുനിഞ്ഞിറങ്ങും,
പക്ഷെ തുടർന്നു പോകില്ല

എന്നാൽ
ഇടുങ്ങിയ തെരുവിടങ്ങളിൽ നിന്ന്
വിശാലമായ ശീതളഛായാതടങ്ങളിലേക്ക്
വീട്ടമാറുന്നവർ അവരല്ലോ
നരക കാന്താരങ്ങൾ വിട്ട്
നഗര സൗഖ്യങ്ങളിലേക്ക്
കൂട്ടമാറി കൂറുമാറുന്നവർ അവരല്ലോ
വിശിഷ്ടഭോജ്യങ്ങളും
വിശിഷ്ട പദവികളും പദാവലികളും
സ്വന്തമാക്കി സായൂജ്യമടയുന്നവർ അവരല്ലോ.
എന്നാൽ,
മറുപുറത്ത് മറ്റു ചിലരുണ്ട്-
സഞ്ചാരത്തിന്റെ പ്രയാണ ദുരിതങ്ങൾ
വകവെക്കാതെ
നിരന്തരം പുറപ്പെട്ടു പോകുന്നവർ
ലക്ഷ്യബോധത്തിന്റെ മുൾമുനയിൽ മനസ്സടക്കി
തന്നെത്തന്നെ മുറിവേൽപ്പിക്കുന്നവർ
പക്ഷെ, പലപ്പോഴും
ലക്ഷ്യമെത്താതെ പാതിവഴിയിൽ
തീർന്നു പോകുന്നവർ
(അവർ ബാക്കിവെച്ച ദൂരങ്ങളും ദുരിതങ്ങളും
നമ്മളിപ്പോൾ
നടന്നു തീർക്കുകയല്ലേ?)
ചിലപ്പോൾ കൂട്ടം തെറ്റിയും
ചിലപ്പോൾ ഒറ്റക്കൊറ്റക്കായും
കരയില്ലാത്തകരകളിൽ
കടലില്ലാത്ത കടലുകളിൽ
ആകാശമില്ലാത്ത ആകാശങ്ങളിൽ
നിരന്തരം സഞ്ചരിക്കുന്നവർ

2019 ഏപ്രിൽ/ജനശക്തി

കാണാപ്പുറങ്ങളിൽ

കുന്നുകൾക്കപ്പുറം
പാതകം പതിയിരിക്കുന്ന
കൊല്ലികളുണ്ട്
നിശ്ശബ്ദയാമങ്ങളിൽ
ദൂരെ നിന്നെത്തുന്ന
ചിറകടികളുണ്ട്
കാട്ടുവഴികളിൽ
പതുങ്ങിയെത്തുന്ന
ചുവടേറ്റങ്ങളുണ്ട്
നിലാവിന്റെ നെഞ്ചിൽ
ചോരവാർന്നൊഴുകുന്ന
നിലവിളുകളുണ്ട്

മേഘങ്ങളിൽ
നീരൊഴുക്കറിയാത്ത താഴ്‌വാരങ്ങളുടെ
നെഞ്ചിടിപ്പുകൾ...
ചുഴലികളിൽ
ഉറഞ്ഞുതുള്ളിയെത്തുന്ന
ചിലമ്പൊലികൾ
ഏതിരുട്ടിലും കാഴ്ചകൾ കാണാം
കൃഷ്ണമണികളിൽ
കനലുകളുണ്ടെങ്കിൽ
ഏതു ചുമരിലും ചിത്രം വരയ്ക്കാം
വരകളിലുയിരുമായ്
ജീവിതമുണ്ടെങ്കിൽ
ആയിരം കാതമകലേക്കും സഞ്ചരിക്കാം
ആത്മബന്ധത്തിൽ
ആകാശവേഗങ്ങളുണ്ടെങ്കിൽ

കാണാപ്പുറങ്ങളിൽ
കാര്യകാരണങ്ങളുടെ നേരുകൾ
വായിച്ചെടുക്കാം
വിശേഷബുദ്ധിയിൽ
വിദ്യുത്ശേഷികൾ
ബാക്കിയുണ്ടെങ്കിൽ...

2019 ഏപ്രിൽ/കലാപൂർണ

നീതിവൃക്ഷത്തിലെ പൂവുകൾ

പുൽപ്പരപ്പുകളിൽ
ഹൂൽക്കാരമായ് പാഞ്ഞെത്തുന്ന
പാമ്പുകളുണ്ട്

ചതുപ്പുകളിൽ
ചതിയില്ലുറങ്ങുന്ന
ചീങ്കണ്ണികളുണ്ട്

തടാകക്കരയിലും കാട്ടുപൊന്തകളിലും
മേഞ്ഞുമദിക്കുന്ന
ഇരപിടിയൻമാരുണ്ട്.

എന്നാലും
കൂട്ടവും കുലവും മറന്ന പക്ഷികൾ
തിരിച്ചറിവിന്റെ ഗീതം പാടാൻ
വീണ്ടും വന്നെത്താതിരിക്കില്ല.

കാടുകളിൽ
കടന്നലുകൾ കൂട്ടുകൂടുന്ന
ഇടങ്ങളുണ്ട്

കുരുതികൾ കെട്ടിക്കിടക്കുന്ന
കുന്നുകളുണ്ട്
തേറ്റപ്പന്നികൾ
പോക്കുവരവുള്ള
വഴിത്താരകളുണ്ട്.

എന്നാലും
നീതിവൃക്ഷങ്ങളിൽ
വൈകിയെങ്കിലും
പൂക്കൾ വടരാതിരിക്കില്ല

2019 ജൂൺ/ഗ്രാമഭൂമി

അവനെക്കുറിച്ച്

പുരസ്ക്കാരം വിറ്റഴിക്കപ്പെട്ടുമ്പോൾ
വിലപേശാൻ
കൂട്ടാക്കാത്തവൻ
പണക്കിഴികൾ വീതം വെക്കപ്പെട്ടുമ്പോൾ
വീതം കിട്ടാൻ
കൃ നിൽക്കാത്തവൻ
വ്യഭിചാരികൾ വിലസി നടക്കുമ്പോൾ
വാണിഭത്തെരുവുകൾ
വർജിച്ചവൻ
സദാചാരികൾ ഊരുചുറ്റി വിഴുപ്പലക്കുമ്പോൾ
വഴിയും വഴിയോരങ്ങളും
വിട്ടുനിന്നവൻ
അവനെ അറിയുമോ
നിങ്ങൾ?
വിഭാഗീയതയുടെ കാലത്ത്
ഭാഗം വെക്കപ്പെടാൻ
വിസമ്മിതിച്ചവൻ
കാപട്യക്കാർ കണ്ണടച്ചിരുട്ടാക്കുമ്പോൾ
നേരിന്റെ നാട്ടുവെളിച്ചത്തിലൂടെ
അമർത്തിച്ചവിട്ടി നടന്നുപോയവൻ
മാലിന്യത്തിന്റെ വേലിയേറ്റങ്ങളിൽ
മേഘലനകൾ കലങ്ങിമറിയുമ്പോൾ
മുക്കുവഗ്രാമത്തിന്റെ വേപഥു കുടിച്ചു വറ്റിച്ചവൻ
വികസനത്തിന്റെ വിനാശങ്ങളിൽ
വിജേതാക്കൾ
ആകാശമേടകളിൽ കൊക്കരുമ്മുമ്പോൾ
അമ്മനാടിന്റെ കത്തുന്ന കണ്ണീർ കനവുകൾ
കരളിൽ കനലുകളായി കൊണ്ടുനടക്കുന്നവൻ
അവനെക്കുറിച്ച്
എന്തറിയാം
നിങ്ങൾക്ക്?

സൂര്യൻ ഭൂമിയിലെഴുതുന്നത്

സൂര്യൻ
ഭൂമിയിലെഴുതുന്നത്
അക്ഷരങ്ങൾ കൊണ്ടല്ല
ആഘാതങ്ങൾ കൊണ്ട്,
സൂര്യൻ
വാളേന്തി വളരുമ്പോൾ
വരളുന്നത്
നീർതടങ്ങളും തടാകങ്ങളും മാത്രമല്ല
കരിയുന്നത്
മമതയുടെ മാന്തോപ്പുകളും
പ്രണയത്തിന്റെ പരിജാതങ്ങളും
മാത്രമല്ല,
ഒന്നിച്ചൊരേ തരംഗവേഗത്തിൽ
ഒടുങ്ങിപ്പോകുന്നത്
ഇന്നോളം ഒതുക്കിവെച്ചിരുന്ന
മനോഹാരിതകൾ മുഴുവൻ
സൂര്യനിപ്പോൾ
ഭൂമിലെഴുതുന്നത്
വസന്തങ്ങളല്ല
വേനൽമഴകളല്ല
ഋതുഭേദ പാരിതോഷികങ്ങളൊന്നമല്ല
വിനാശങ്ങളും വിലാപങ്ങളും
പരസ്പരം കൊന്നുതിന്നുന്ന
ഭീകരനൊരു ജന്തുവിന്റെ
വിമ്മിഷ്ടങ്ങളും വിഭ്രാന്തികളും മാത്രം
ഈ കാലഭേദാവസ്ഥയിൽ
ഉഴവുചാലിൽ നിന്നും
ഒരുപെൺ പൈതലും മിഴിതുറക്കില്ല
ഒരു വിത്തിനവും മുളപൊട്ടി

ഈരില വിടർത്തില്ല ഭൂമിയിൽ
സൂര്യൻ
ഒരുനാൾ
മഞ്ഞുമലകളെ മഷിപ്പാത്രമാക്കി
കവിതയെഴുതുമോ ഭൂമിയിൽ?
പ്രളയരാശിയിൽ ജലഗാഥകൾ
അലമുറകളായ് മാറുമോ ഭൂമിയിൽ?
ഉഷ്ണവാതങ്ങൾ
വേനലിന്റെ ശ്വാസവേഗങ്ങളായ്
ഉഴറിപ്പിടയുമ്പോൾ
ഒറ്റമുലച്ചിയെപ്പോലെ ഉറഞ്ഞു തുള്ളുകയാണ് കാട്ടുതീ
കാവുകളും കാനനപ്പച്ചകളും
പൈദാഹത്താൽ പൊറുതികെട്ടുഴലുമ്പോൾ
പൂന്തോട്ടത്തണലുകളും
പുഴയോരക്കാടുകളും
കിനാവള്ളികളിൽ തപ്പിത്തടയുകയാണ്
കാഴ്ചനഷ്ടപ്പെട്ട കുട്ടികളെപ്പോലെ
സൂര്യന്റെ ആവനാഴിയിൽ
എയ്തുതീർക്കാനായ്
എത്രയുണ്ടിനിയുമസ്ത്രങ്ങൾ!
വേനലിന്റെ വിത്തുശേഖരത്തിൽ
വാരിവിതയ്ക്കാനായ്
ഇനിയും എത്രയുണ്ടുവിനാശങ്ങൾ!
പീഡായനത്തിന്റെ പകലിരവുകൾ
പറന്നിറങ്ങുകയാണോ? ഭൂമിയിൽ ?

2019 ജൂൺ/ജനശക്തി

കവിയുടെ ചരമവാർത്തയിൽ കുറിക്കപ്പെടാതെവിട്ട വാക്കുകൾ

അപ്രിയ സത്യങ്ങൾ വിളിച്ച പറഞ്ഞ്
പ്രിയപ്പെട്ടവർക്കും
പ്രിയമില്ലാതായ് തീർന്നവൻ

സത്കാരങ്ങൾ ഏറ്റുവാങ്ങി
പടികടന്നു പിരിഞ്ഞുപോയവർ
പാതിവഴിയെത്തി
പിന്തിരിഞ്ഞുനിന്ന്
കൊഞ്ഞനം കുത്തുന്നതു കണ്ടുനിന്നവൻ
സമ്പത്തിന്റെ കോട്ടയ്ക്കകം പെട്ട്
വീർപ്പുമുട്ടാതെ
കോട്ട വാതിലുകൾ ചവിട്ടിപ്പൊളിച്ച്
പുറത്തു കടന്നവൻ
-കവിയുടെ ചരമവാർത്തയിൽ
കുറിക്കപ്പെടതെ വിട്ട വാക്കുകൾ
വീണ്ടെടുക്കുകയാണ് ഞാൻ...

സൗഹൃദം വാരിക്കോരി വീതം വെച്ചപ്പോൾ
സ്വന്തം വിഹിതം മാത്രം
കരുതിവെക്കാത്തവൻ
ഉടൽജീവിതം പാതി മുറിഞ്ഞിട്ടും
ഉശിരുകൊണ്ടും ഉയിരുകൊണ്ടും
പൂർണജീവിതം പുനഃസൃഷ്ടിച്ചവൻ
രാധേ! രാധേ! വിളിയിൽ
ദാമ്പത്യത്തിന്റെ ഹരിത ഭൂമികൾ
പൂർണതയിൽ പരിപാലിച്ചവൻ
ആത്മബോധവും അപരസ്നേഹവും
ഒന്നിച്ച കരുതിവെച്ച്
നന്മയുടെ തിരിനാളം

കെട്ടുപോകാതെ നിറവേറ്റുവിൻ
നിഷ്ഠകാട്ടിയ നീതിമാൻ
ഒരു കവിയുടെ കർമ്മയോഗങ്ങൾ
ഓർമ്മകളുടെ ഉയിർപ്പിൽ
കാവ്യവൽക്കരിക്കുകയാണ് ഞാൻ...
അധികമാരാലും ആദരിക്കപ്പെടാതെ
അകലങ്ങൾക്കുമകലേക്ക്
കടന്നുപോയ പഥികാ
പാഥേയമെന്ത്?
എട്ടു പതിറ്റാണ്ടിന്റെ
വയൽനിലങ്ങളിൽ നിന്നും
കൊയ്തുകൂട്ടിയ
കതിരുകളും പതിരുകളുമെത്ര?

കൂട്ടുപിരിയാത്ത കൂട്ടുകാർക്കൊപ്പം
അസ്തിത്വം തന്നെ ആഘോഷമാക്കിയ
സൗഹൃദസാന്നിധ്യമായിരുന്നു നീ!
ഒടുവിൽ എന്ത്?
ബന്ധവിച്ഛേദത്തിന്റെ
വിലാപശ്രുതികളോ
ഒറ്റത്തംബുരുവിൽ?
ഒറ്റപ്പെടുത്തപ്പെട്ടവൻ ഒരുവന്റെ
വിഹ്വലതകൾ മാത്രമേ
ബാക്കിപത്രത്തിൽ?

ചരമവാർത്തയിൽ
എടുത്തെഴുതാൻ പാകത്തിൽ
വാഴ്ത്തുവാചകങ്ങൾ
മുൻകൂർ പാചകം ചെയ്തുവെച്ചിട്ടില്ലാത്തവൻ
ഒരു കവിയായ്
ഇത്രയും വാക്കുകൾ മാത്രം

2019 ജൂലൈ/ജനശക്തി

നടന്നുതീർത്ത വഴികൾ പിന്നെയും നടക്കുന്നവർ

മുൻപേ പോയവർ
നടന്നുതീർത്ത വഴികൾ
ചവിട്ടിമെതിച്ച ദൂരങ്ങൾ.
പിന്നെയും നടക്കാൻ പുറപ്പെടുന്നവർ
ചരിത്രത്തിന്റെ ചവറ്റുകുനയിൽ
വെറുതെ ചികയുന്നവരാണ്.

ചിലപ്പോൾ വക്കുപൊട്ടിയ മൺപാത്രങ്ങൾ
ചിലപ്പോൾ പല്ലിളിക്കുന്ന തലയോട്ടികൾ
ചിലപ്പോൾ ചോരക്കറ പുരണ്ട പുടവകൾ
അതുമല്ലെങ്കിൽ
പാതകത്തിന്റെ പൂപ്പൽ നിറഞ്ഞ
തടവറയുടെ ജീർണാവശിഷ്ടങ്ങൾ
താന്തോന്നികൾ അരങ്ങുതകർത്ത
നാട്ടകത്തിന്റെ പുരാവസ്തു ശേഖരങ്ങൾ
കളഞ്ഞുപോയത് വീണ്ടെടുക്കാൻ
തിരിച്ചുനടക്കാം
പക്ഷെ കളങ്കപ്പെട്ടതെന്ന് എറിഞ്ഞുകളഞ്ഞത്
വീണ്ടും കണ്ടെടുക്കാൻ
പിന്തിരിയുന്നത് പാഴ്‌വേലയാണ്,
വിപരീതദിശയിലേക്കുള്ള
വ്യർത്ഥ സഞ്ചാരം!

പൊതുവഴികളിൽ കാൽനട പോകാൻ
സമ്മതി കിട്ടാത്തവർ
രാജവീഥികളിൽ നിന്നും
നഗര ചത്വരങ്ങളിൽ നിന്നും
കാതങ്ങളകലേക്ക്
തള്ളിമാറ്റപ്പെട്ടവർ
തീണ്ടാരികളായ്
അയിത്തപ്പാടകലങ്ങളിൽ
വിലക്കുകളേറ്റ് വീർപ്പുമുട്ടിയവർ
അവരൊക്കെയും
സ്വാതന്ത്ര്യത്തിന്റെ തുറസ്സുകളിലേക്ക്
സ്വയം വീണ്ടെടുത്തവർ,
സ്വന്തം ഇടങ്ങൾ കണ്ടെടുത്ത്
തന്റേടികളായവർ
തന്റേടികൾക്ക് ഇന്നിപ്പോൾ
ഇടങ്ങൾ തകിടം മറിയുകയോ?
ഭൂമിശാസ്ത്രത്തിലൂടെയല്ല,
ചരിത്രശാസ്ത്രത്തിലൂടെയാണ്
നടന്നുതീർക്കാൻ
ഇനിയുള്ള ദൂരങ്ങൾ
അബോധത്തിൽ നിന്ന്
അശുദ്ധികളിൽ നിന്ന്
വിശുദ്ധികളിലേക്ക്
അവബോധങ്ങളുടെ ഇരുൾപടർപ്പിൽ നിന്നും
ബോധ്യങ്ങളുടെ വെളിച്ച വിസ്മയങ്ങളിലേക്ക്
ഇനിയും തുറക്കാനുണ്ട് വാതിലുകൾ.

ചരിത്രവഴികളിൽ
പിൻനടപ്പിനു കോപ്പുകൂട്ടുന്നവർ
(പിൻനടപ്പിനു കൂട്ടുപോകുന്നവരും)
ഓർക്കാതിരിക്കരുത് !
ചരിത്രം
മുന്നോട്ടുമാത്രം സഞ്ചരിക്കുന്ന
ഒരു യാത്രികനാണ്.

2019 സെപ്തംബർ/ ജനശക്തി

ഓണമാണപ്പോൽ, ഓണം!

ഓണമാണപ്പോൽ ഓണം!
പണ്ടെന്നോ പാതാളത്തിൽ
ചവിട്ടിത്താഴ്ത്തപ്പെട്ട
മന്നവൻ മാവേലിക്കായ്
മണ്ണിതിൽ പുലരുന്ന പൂമണക്കാലം !

പാടാത്ത പൈങ്കിളിക്കുഞ്ഞുങ്ങളും
പാട്ടുവാനുണരുന്ന നാളുകൾ...
പൂക്കാത്ത പൂവില്ലാച്ചെടികളും
പുഞ്ചിരി പൊഴിക്കുന്ന നാളുകൾ...
ഊയലാട്ടുവാനറിയാത്ത കിടാങ്ങളും
ഊഞ്ഞാലിലാട്ടുവാൻ കൊതിക്കുന്ന നാളുകൾ...
... എന്നിട്ടുമെന്തേ വീട്ടുമുറ്റങ്ങളിൽ
പാട്ടുകൾ പാട്ടുപാടുന്ന കിടാങ്ങളും
പെട്ടെന്നു വീണപിടയുന്ന ചോരയിൽ?
പൂള്ളോർകിടാങ്ങളിൽ പ്രാണനൊമ്പരം
പാട്ടായ് പിടയുന്ന നാളുകൾ...!
നല്ലോണമുണ്ണുവാൻ ഞാറ്റടികളിൽ
നാവോറുകൾ ഞെട്ടിയുണരുന്ന നാളുകൾ!
-നല്ലത് ഞാറ്റടികളേ!
നാളത്തെയോണമായ് പുത്തരിയുണ്ണുവാൻ
നല്ല മണ്ണിൽ പിറന്നവരെങ്കിലും
കൊയ്ത്തരിവാളുകൊണ്ടല്ല, നിങ്ങളെ
കൊലവാളുകൊണ്ടു കൊയ്ത്തുതീർക്കുവാൻ
നാളെ വന്നെത്തുമോ
പൂവിളികൾ മുളുവാനല്ല
കൊലവിളിച്ചിന്തുകൾ
പാടിത്തിമിർക്കുവാൻ
പുതിയ പരിഷകൾ?

2019 സെപ്തംബർ/സമയം മാസിക

കനലുകൾ

കലുഷം

കലുഷമാകുന്നു കണ്ണിലെ കാഴ്ചകൾ
കലുഷമാകുന്നു കാതിലെ കേൾവികൾ
കലുഷമാകുന്നു കാട്ടിലെ ചോലകൾ
കലുഷമാകുന്നു കവിതയും കാലവും
കലുഷമാകുന്നു ജീവിതം ജീവനും!!

ദൂരങ്ങൾ

ഓടിയും നടന്നും നീന്തിക്കേറിയും
ദൂരങ്ങളെ കീഴൊതുക്കിയ കാലമേ,
കടലാഴങ്ങളിൽ കലങ്ങിത്തീരുവാൻ
കടന്നേറിയെത്തുന്നുണ്ട്
ദൂരങ്ങൾ പിന്നെയും!

ഉറവിടം

പേരറിയാത്ത പുഴകളിൽ നിന്നോ
ദൂരമറിയാത്ത കാടുകളിൽ നിന്നോ
നേരറിയാത്ത നെഞ്ചുകളിൽ നിന്നോ
വൈറസുകൾ വന്നെത്തുന്നു?

പ്രതിസന്ധികളിൽ

ഓർമ്മകൾക്കു,ൺമകൾക്കൊക്കെയും
കരിനിഴൽ വന്നു കാവലാണെങ്കിലും
കടലുനീന്തിക്കടന്നു നാം പോകണം
പാതഫത്തെരുവുകൾക്കപ്പുറം
പകയെഴും വഴികൾക്കുമപ്പുറം
നിലാവുദിക്കുന്ന നാട്ടിലെത്തുവാൻ-
നമ്മളിപ്പോഴേ യാത്രയാവണം കൂട്ടരേ!

മാരികൾ

മാരി പെയ്യുന്ന മേഘമായ്
മാരി പെയ്യുന്ന രോഷമായ്
മാരി പെയ്യുന്ന വ്യാധി- വ്യഥകളായ്
മാനുഷ ജന്മങ്ങളിൽ

മൗനം

മധുരതരമായ് ആവർത്തിക്കപ്പെട്ട
സ്വരവ്യഞ്ജനങ്ങൾ
ശബ്ദവാഹിനിയിൽ
ഇടവിട്ടിടറുമ്പോൾ
ഇടമുറിഞ്ഞമരുന്ന തരംഗവേഗങ്ങൾ
ഒട്ടുവിൽ
ഒരു ഭീമമൂകതയായ്
തളം കെട്ടുന്നു

2019 സെപ്തംബർ/ഗ്രന്ഥാലോകം

എന്റെ വെളിച്ചങ്ങളെ ഇരുട്ടുകൾ പിന്തുടരുകയാണ്

വെളിച്ചത്തിന്റെ കൂട്ടുകാരനെന്ന്
കുട്ടിക്കാലത്തേ
കിനാവുകണ്ടവനാണ് ഞാൻ
ഇരുട്ടുനിറഞ്ഞ ഇടവഴികളിലും
വെളിച്ച എപ്പോഴും
എനിക്കു കൂട്ടുവന്നിരിന്നു.
വീടെത്തുവോളം
വഴിക്കണ്ണുമായി
വെളിച്ചം എപ്പോഴും
എനിക്കു കൂട്ടുവന്നിരിക്കുന്നു.
വെളച്ചമെന്നർത്ഥമുള്ള
പേരുള്ള പെൺകുട്ടിയെ
പ്രണയിച്ചവനാണ് ഞാൻ
ആ പ്രണയം കെട്ടുപോയിട്ടും
വെളിച്ചത്തെ വെറുക്കാൻ
വിസമ്മതിച്ചവൻ
കൈത്തിരികൾ
കത്തുന്ന പന്തങ്ങൾ
ഭഗവതിക്കാവിലെ കോത്തിരികൾ
വയൽത്തിറയിലെ *മേലേരികൾ
ഉദയപർവതം
ദൂരനക്ഷത്രം
എന്നിത്യാദി രൂപകങ്ങൾ
കവിതയിൽ

പേർത്തും പേർത്തും
ആവർത്തിച്ചവൻ
കവിയാണ് ഞാൻ.
എന്നിട്ടും
ഇപ്പോഴുമെന്റെ വെളിച്ചങ്ങളെ
ഇരുട്ടുകൾ
പിന്തുടരുകയാണ്.
വെളിച്ചത്തിന്റെ വാഴ്ത്തുകളായ്
വിൺവാക്കുകൾ
ആർത്തുപെരുകുന്ന ചുറ്റുപാടിലും
അനുനിമിഷം!
അടിവെച്ചടുക്കുകയാണ്
ഇരുട്ടിന്റെ ബഹുരൂപങ്ങൾ
എന്റെ ചിങ്ങപ്പുലരികളെ
ചാവേറൊരുങ്ങിയെത്തുന്ന
അമാവാസിക്കർക്കിടങ്ങൾ
വളയുകയാണോ ?
എന്റെ പൂക്കളമുറ്റങ്ങളും
പൂനിലാച്ചോലകളും
ഉരുൾ പൊട്ടിയെത്തുന്ന
പേമാരിപെയ്ത്തുകളിൽ
ഒലിച്ചു പോവുകയോ?
മലകേറി മറഞ്ഞ കാളരാത്രികൾ
വീണ്ടും കുന്നിറങ്ങുകയാണോ?
വരവായോ വിനാശത്തിന്റെ
കത്തിവേഷങ്ങൾ ?
വരവായോ വേതാളനൃത്തത്തിന്റെ
ചുവടേറ്റങ്ങൾ?
ശ്രുതികളും സ്മൃതികളും
വിസ്മൃതിയിൽ മൃതിപ്പെട്ടുതീരാൻ
നേരമായോ?
എന്റെ വെളിച്ചങ്ങൾ
കെട്ടുപോകാൻ
നേരമായോ?
ഇരുട്ടുകോട്ടകളായ്
ആകാശഗോളങ്ങൾ

പരസ്പരം കൂട്ടിമുട്ടുന്ന
അന്തരാളനിമിഷങ്ങളിൽ
വെളിച്ചങ്ങളെല്ലാം
കെട്ടു പോകുമ്പോൾ
വിലാപങ്ങൾ ആലപിക്കുവാൻ
ആരുമില്ലാതെ
വിനാശഗർത്തങ്ങളിൽ
എന്നേയ്ക്കുമായി
ആഴ്ന്നു പോകുമോ
ഈ ഭൂമിജീവിതം?

കുറിപ്പ് : മേലേരികൾ: ഉത്തരകേരളത്തിൽ തെയ്യം തിറകളിൽ 'പുതിയോതി' (പുതിയ ഭഗവതി)എന്ന അമ്മദൈവത്തിന് തീ നടപ്പിനായ് ഒരുക്കിവെക്കുന്ന കനൽക്കൂമ്പാരങ്ങൾ

2019 സെപ്തംബർ/കലാപൂർണ്ണ ഓണപതിപ്പ്

ഭൂമിക്കും
ഒരു ജീവിതമുണ്ട്

ഭൂമിക്കും
ഒരു ഹൃദയമുണ്ട്
മുഖ്യധമനി മുറിക്കപ്പെട്ടാൽ
നിൽക്കാതെ ചോരവാർന്നൊഴുകും

ഭൂമിക്കും
ശ്വാസകോശങ്ങളുണ്ട്
കഫം കെട്ടിക്കിടന്നാൽ
പ്രാണവായു കിടന്നുപിടയും

ഭൂമിക്കും
പേശികളും കശേരുക്കളുമുണ്ട്
ഒരിക്കൽ ഞെരിക്കപ്പെട്ടു കഴിഞ്ഞാൽ
തന്റേടവും ചലനശേഷിയും താറുമാറാകും.

ഭൂമിക്കും
ആമാശയമുണ്ട്, അണ്ഡാശയമുണ്ട്
വൃക്കകളും വിത്തുകോശങ്ങളുമുണ്ട്
വിനാശവിത്തുകൾ ഒരുവട്ടം വിതയ്ക്കപ്പെട്ടു
കഴിഞ്ഞാൽ
വിളയാതിരിക്കില്ല നൂറുമേനികൾ...

സ്നേഹമുണ്ട്,
വ്യസനമുണ്ട്
സഹനങ്ങളുമുണ്ട്
ഭൂമിക്ക്
(നെല്ലിപ്പടിയോളമെത്തരുത് സഹനങ്ങൾ!)
കേട്ടോ
മനുഷ്യന്മാരേ!
ഭൂമിക്കും ഒരു ജീവിതമുണ്ട്.
പ്രത്യാശകൾ
പൂമ്പാറ്റച്ചിറകുകളിൽ
പറന്നെത്തുന്ന
ഒരു ജീവിതം !
പ്രതികാരങ്ങൾ
ചിലമ്പൂരിയെറിയാൻ
പ്രാപ്തി പൂണ്ടെത്തുന്ന
ഒരു ജീവിതം !

അതേ
ഭൂമിക്കും
ഒരു ജീവിതമുണ്ട്.

2019 നവംബർ/ചന്ദ്രിക ആഴ്ചപ്പതിപ്പ്

ഇവളാണെനിക്കെന്റെ...

പകലോരോന്നും കൊഴിയുമ്പോഴും
നിലാവായുദിക്കുന്നവൾ
കരിനീലക്കാട്ടിലൊറ്റക്കലയുമ്പോഴും
ചിരിയായ് തിരികെ വിളിക്കുന്നവൾ
തോപ്പും തൊടികളും കരിയുമ്പോഴും
എന്റെ മുറ്റത്തും മനസ്സിലും
ചെന്തെങ്ങായ് കുലയ്ക്കുന്നവൾ
ഇവളാണെനിക്കെന്റെ
തണലും സാന്ത്വനങ്ങളും!

സ്വപ്നയാഥാർത്ഥ്യങ്ങൾ

ഈയിടെയായി
രാത്രി സ്വപ്നങ്ങളിൽ ഏറെയും യാത്രകളാണ്
ദിശയറിയാതെ
ദൂരമറിയാതെ
ഇടമേതെന്നറിയാതെ
ആളൊഴിഞ്ഞ ഗ്രാമീണ വിസ്തൃതികളിലൂടെ
യാത്രകൾ...
ലക്ഷ്യമെത്താൻ ധൃതി പിടിക്കുന്ന കാലടികൾക്ക്
കൃത്യമായ വഴികളില്ല
വഴി ചോദിക്കാൻ വഴികളിലാരുമില്ല
ചിലപ്പോൾ
വയലെന്നു തോന്നും തരിശുനിലങ്ങൾ
ആൾപ്പാർപ്പില്ലാത്ത പാർപ്പിടങ്ങൾ
നിശ്ശബ്ദത താവളമുറപ്പിച്ചതുപോലുള്ള
സ്ഥലവിസ്തൃതികളിലൂടെ
തുടർന്നേ പോകുന്ന
യാത്രകൾ...
തേടുന്നത് പുറത്തേക്കുള്ള വഴികളാണ്.
തുടർന്നു നടന്ന്
ആൾപെരുമാറ്റമുണ്ടെന്നു തോന്നിക്കുന്ന
സ്ഥലസന്ധികളിലെത്തുമ്പോൾ
മനുഷ്യ രൂപങ്ങൾ പോലെ ചിലത്
മുഖഭാവങ്ങളില്ലാത്ത മുഖങ്ങൾപോലെ ചിലത്
മനസ്സിൽ മുട്ടിനിൽക്കുന്ന ചോദ്യങ്ങൾ
മൂകത ഭേദിക്കുന്ന-
പുറത്തേക്കുള്ള വഴിയേത്?
എത്തേണ്ടിടത്തെത്തുവാൻ ഇനിയെത്ര ദൂരം?
ചോദ്യങ്ങൾക്ക് പലപ്പോഴും ഉത്തരങ്ങളില്ല
ചിലപ്പോൾ മാത്രം
അവ്യക്തമായ അസംബന്ധങ്ങളായ

ഉത്തരങ്ങളായി വാക്കുകൾ
റോഡോ?
ഇവിടെയെങ്ങും റോഡുകളില്ല
അതാ അങ്ങോട്ടു നടന്നാൽ
വഴികൾ കണ്ടേക്കാം
വാഹനമോ?
വാഹനങ്ങളൊന്നുമില്ലല്ലോ
നടക്കുക... നടക്കുക...
അത്രമാത്രം
അത്രമാത്രം
പെട്ടെന്ന്
തിരശ്ശീല മാറിയാലെന്ന പോലെ
ദൃശ്യങ്ങൾ മാറുന്നു.
ഒരിടത്ത് രണ്ടു കുട്ടികൾ
പരസ്പരം സ്നേഹാലുക്കളെപ്പോലെ
ഒരാൺകുട്ടിയും ഒരു പെൺകുട്ടിയും
സ്വപ്നങ്ങൾ സ്വന്തമായുള്ളവരെപ്പോലെ
സ്ഥലബോധവും ദിശാബോധവും
സ്വയം സ്വായത്തമാക്കിയവരെപ്പോലെ
രണ്ടു ജീവിതങ്ങൾ.
അവരുമായി ഇടപഴകാൻ തുനിഞ്ഞ നിമിഷങ്ങളിൽ
ഉത്സാഹത്തിന്റെ തളിരുകൾ കിളിർക്കും പോലെ
എനിക്കും ഏതോ ഉള്ളുണർവുകൾ...
പെട്ടെന്ന് ഒരാരവം
ഇരച്ചുവന്നെത്തുന്ന പെരുമഴപോലെ
ചൂളമടിച്ചെത്തുന്ന ചുഴലികൾപോലെ
ഒരിരമ്പം...
ആളുകളുടെ കൂട്ടങ്ങളെ
ആട്ടിൻപറ്റങ്ങളെപ്പോലെ തെളിച്ച്
ആക്രോശത്തിന്റെ ചാട്ടകൾ ചുഴറ്റി
ആജാനുബാഹുവെന്നു തോന്നിക്കുന്ന
ഒരപരിചിത മനുഷ്യൻ
മുന്നിലെത്തുകയാണ്.
പ്രകടമായും ഒരധികാരിയെപ്പോലെ

ആ കുട്ടികളെയും അയാൾ
ആട്ടിത്തെളിക്കുകയാണ്...
എന്നെയും ലക്ഷ്യമിടുന്നതുപോലെ
അയാളുടെ നോട്ടം എന്നിലും പതിയുകയാണ്
ചടുലചലനങ്ങളുമായി
അയാൾ എന്റെ നേർക്കും അടുക്കുകയാണ്
ഉൾഭയം ഉള്ളിലൊതുക്കി
എന്റെ ദിശ വേറെയെന്നും
പറയാതെ പറഞ്ഞ്
ഞാൻ കുതറി മാറുന്നു
അയാളുടെ കണ്ണുകൾ എന്നിൽ നിന്നും
തെന്നിമാറിയ നിമിഷം
എതിർദിശ നോക്കി ഞാൻ കുതിക്കുന്നു...
മറുവഴി തേടാനുള്ള വ്യഗ്രതയിൽ ഉത്കണ്ഠകൾ
ഉൽക്കകളായി നിപതിക്കുമ്പോൾ
ദിക്കറിയാത്ത ദിശകളിലൂടെ
നേരമറിയാത്ത കാലത്തിലൂടെ
സ്ഥമറിയാത്ത സ്ഥരാശിയിലൂടെ
ഞാൻ പ്രയാണം തുടരാനൊരുങ്ങുമ്പോൾ
ഉറക്കം ഞെട്ടുന്നു.
സ്വപ്നമേതെന്നും യാഥാർത്ഥ്യമേതെന്നും
തിരിച്ചറിയാനാവാതെ ഞാൻ!

2019 നവംബർ/ജനശക്തി

ചാവുനിലങ്ങളിൽ

പ്രളത്തിന്റെ കെട്ടുതിനിലങ്ങളിൽ
കാലുറപ്പിച്ച്, ഈ സായന്തനത്തിൽ
ഞാനെന്തോർക്കുന്നു?
ഉദയപർവതത്തിന്റെ
കിഴക്കൻ ദേശത്തുനിന്നും
ഉരുൾപൊട്ടിയെത്തിയ
പാതിരാത്രികളെപ്പറ്റിയോ?
പടിഞ്ഞാറുനിന്നും വീശിയെത്തിയ
കൊടുമക്കാറ്റുകളിൽ
മുങ്ങിയമർന്നേ പോയ
മുക്കുവക്കുടികളെപ്പറ്റിയോ?
കടലിന്നക്കരെ പോയോർക്കായ്
അലമുറക്കോളുകളിൽ
ഓളം തുള്ളുന്ന
ഉറ്റവരുടെ തോരാത്ത
കണ്ണീർമഴകളെപ്പറ്റിയോ?
വടക്കുനിന്നും
മഞ്ഞുമലകൾ ഉരുകിയൊലിച്ച്
പുറപ്പെട്ടുപോരാനായ്
ഒരുങ്ങിനിൽപ്പുണ്ട്
ഏതു പാതിരാവിലും പകൽപൊറുതി നേരത്തും

ചരിത്രത്തിന്റെ ചെളിച്ചാലുകളിൽ
ചെറുമ്പൽ കാലുകൾ ചലിപ്പിച്ച്
പുതുപ്പിറപ്പുകൾ കടന്നേറിയെത്താം.
നീലനീലമായ കടൽമിഴികളിൽ
ചതിച്ചുഴലികൾ കരുതിവെച്ച്
തെക്കൻ സമുദ്രത്തിന്റെ തിരമാലകൾ
തീരങ്ങളെ കൊത്തിവിഴുങ്ങാൻ
കാതോർത്തിരിപ്പുണ്ട്.
ഈ ചാവുനിലങ്ങളിൽ
ഒറ്റയ്ക്കിരുന്ന്
ഞാനെന്തോർക്കുന്നു?
കാമനകൾ വിളഞ്ഞ് കതിർ ചൂടുന്ന
ദുരിതപ്പാടങ്ങളെപ്പറ്റിയോ?
ആയിരം കാന്താരി പൂക്കുന്ന കാടുകളെപ്പറ്റിയോ?

2019 നവംബർ/ഗ്രന്ഥാലോകം

വൈറസ്സുകൾ

പഴംതീനി വവ്വാലുകളിൽ നിന്നോ
ശവം തീനി വന്യജീവികളിൽ നിന്നോ
വളർന്ന് വൃദ്ധിതേടുന്നവർ...
ജലരാശിയിൽ നീന്തി നീരാടിയും
സ്ഥലരാശിയിൽ ഉരസ്സുകൊണ്ടുരസിയും
നിരന്തര വ്യാപനം
കാലയാപനമാക്കുന്നവർ...
ചലനാത്മകത സ്ഥിരം ചര്യയാക്കി
സിരകളിൽ മദിച്ചുക്രീഡിക്കും
ചാവേറുകളാണ് വൈറസ്സുകൾ.

കിഴക്കെന്നോ പടിഞ്ഞാനെന്നോ
ദിശാബോധമേതുമില്ലാതെ
സഞ്ചാര സുഖത്തിൽ സാഫല്യമടങ്ങുന്ന
വിധുരജന്മങ്ങളാണ്
വൈറസ്സുകൾ....
ചുമലിൽ കേറി ചിരിച്ചേനിൽക്കും
ചുടലത്തീ കാണും വരെ കാത്തേ നിൽക്കും
ചില വൈറസ്സുകളുണ്ട്
മൂർച്ചയേറിയ വാത്സല്യവാളുകൾ
മുഖപേശികൾക്കിടയിൽ സൂക്ഷിച്ച്
തരംപോലെ തക്കം പോലെ
ക്രൗര്യങ്ങൾ പുറത്തെടുക്കുന്ന

ചില വൈറസ്സുകളുമുണ്ട്
വീരമൃത്യുവരിക്കാനെന്നോണം
സദാസന്നദ്ധരായി നിൽക്കുന്ന
വൈരജാതന്മാരാണ്
വൈറസ്സുകൾ

ഭൂമിലോകവും നിറഞ്ഞ്
വായുലോകവും കവിഞ്ഞ്
ഗ്രഹാന്തരജന്മങ്ങളായ്
വളരാനൊരുങ്ങുന്ന
വിഹാരവേതാളങ്ങളാകുന്ന
വൈറസ്സുകൾ!

2019 ഡിസംബർ/വീണ്ടെടുപ്പ് വാർഷികപ്പതിപ്പ്

ഉയിർപ്പുകൾ ഉത്ഥാനങ്ങൾ

ഉയിർപ്പും ഉത്ഥാനവും
ഇരുതലമൂർച്ചയുള്ള വാളുകളാണ്.
ഭ്രൂതപീഡകളാർന്ന
ജഡാവസ്ഥയിൽ നിന്നും
ഉയിർക്കുന്നത് ചിലപ്പോഴെങ്കിലും
ജീർണതയുടെ അവതാരങ്ങളാവാം.
കുഴിവെട്ടിമൂടിയ എച്ചിൽ കൂനകളിൽ നിന്നും
എഴുന്നേറ്റു വരുന്നത്
അപചയത്തിന്റെ ആൾരൂപങ്ങൾ
ആവില്ലെന്ന് ഉറപ്പൊന്നുമില്ല
ഉയിർപ്പിൽ
ഉണർവിന്റെ ഉന്മേഷമുണ്ടാവണം
ഉത്ഥാനത്തിൽ
എഴുന്നേറ്റ നിലനിൽപിന്റെ ഊർജമുണ്ടാവണം
ഉയിർപ്പിലായാലും ഉത്ഥാനത്തിലായാലും
ആർജ്ജവത്തിന്റെ കനലുകളെരിയണം
ആഹ്ലാദത്തിന്റെ പൂത്തിരികൾ പുഞ്ചിരിക്കണം
ഒടുങ്ങിത്തീർന്ന
ജന്മാന്തരങ്ങളുടെ പരകോടികീടാണുകൾ
സമകാല സ്ഥലികളിൽ
ഇരതേടികളായെത്തുമ്പോൾ
ഇന്നിന്റെ ജീവകാമനങ്ങൾക്ക്
എവിടെയാണഭയം?
പരിണാമ ചക്രങ്ങൾ
തിരിച്ചു കറങ്ങുമ്പോൾ
എന്തെല്ലാം

ചതഞ്ഞരയാം?
തിരിച്ചൊഴുകുന്ന പുഴകളുടെ
കുത്തൊഴുക്കുകളിൽ
കാനനപ്പച്ചകൾക്കും
എന്തെന്തു സംഭവിച്ചുകൂടാ?
ഉയിർപ്പുകൾ
ഉന്മാദത്തിന്റെ തെറിത്തോറ്റങ്ങളാവാൻ പാടില്ല
ഉത്ഥാനങ്ങൾ
എഴുന്നേറ്റു നിൽനിപ്പിന്റെ ഹുംകൃതികളാവാൻ
പാടില്ല!

2020 ജനുവരി/ജനശക്തി

അതിജീവനം

ഈ ഭൂമിയിൽ
ചിരി തൂകി നിന്ന സൂര്യന്റെ
തൂവെള്ളച്ചിറകുകളിൽ
താഴ്ന്നിറങ്ങിയ നിലാവിന്റെ
ഇളം തണുപ്പാർന്ന
സ്നേഹസ്പർശനങ്ങളെപ്പറ്റി,
ഓരോന്നും
ഓർത്തെടുക്കുകയാണ്...
ഇടിഞ്ഞിടിഞ്ഞില്ലാതാവുന്ന
ഈ തീരഭൂമിയുടെ ഓരത്തിരുന്ന്
കടലോർമ്മകൾ ചിലത്
വായിച്ചെടുക്കുകയാണ്...
(മഴവെറിഞ്ഞ്
കന്യാനിലം കണ്ടെടുത്ത
പരാക്രമിയെപ്പറ്റിയല്ല
ഉലകം ചുറ്റാൻ കപ്പലോട്ടിയ
മന്നച്ചാരെക്കുറിച്ചുമല്ലോ.)
ഇനിയും ശേഷിക്കുന്ന
ഈ കരയുടെ അതിരുചേർന്നിരുന്ന്
അലമുറത്തോറ്റങ്ങൾ തൂത്തുമാറ്റി
പുതുപ്പിറവിയുടെ ഉള്ളുണർവുകൾ
തോറ്റിയുണർത്താനാവുമോ?
പ്രതിരോധത്തിന്റെ തോറ്റം പാട്ടുകളിൽ
സങ്കടത്തിന്റെ സങ്കീർത്തനങ്ങൾ
ഉഴുതുമറിച്ച്
കാമനയുടെ ഹരിതം വിളയിച്ച്
കൊയ്ത്തുത്സവങ്ങൾ സാധ്യമാവുമോ?
പടിഞ്ഞാറൻ കാറ്റിന്റെ
കാഹളമൂത്തിൽ മതിമറന്ന്
മാടിവിളിക്കുന്ന ചതിച്ചുഴികളിലേക്ക്
ഇറങ്ങിപ്പുറപ്പെട്ടവരെപ്പറ്റി

വൃഥാ വേപഥുവെന്തിന്?
(തിമിംഗലങ്ങളെ
വേട്ടയാടൻ പുറപ്പെട്ട
വൃദ്ധ പൗരുഷത്തിന്റെ
വീറുകളെപ്പറ്റി
മറന്നു പോകാനാവില്ലല്ലോ)
കിഴക്കൻ മലകളിൽ
ഇപ്പോഴും ശേഷിക്കുന്ന
പച്ചപ്പുകളിൽ
പ്രാണനൊമ്പരം തുടിക്കുന്നുണ്ട്
പുനർജനിക്കാൻ പിടയുന്ന
നാമ്പുകൾക്ക് നനവുപകരാൻ
പ്രത്യാശകളിൽ കാലുറപ്പിച്ച്
ഞാനിവിടെയുണ്ട്
ഇടമേതെന്ന് അറിഞ്ഞുകൊണ്ട്
ഇടനേരമില്ലാതെ
ഇടം മറക്കാതെ
ഞാനിവിടെത്തന്നെയുണ്ട്.

2020 മാർച്ച്/ജനശക്തി

മലകൾ

പ്രണയദൂതുകൾ മേഘങ്ങളായ്
പെയ്തിറങ്ങിയ മലകളുണ്ട്
ഇശലീണങ്ങൾ മഞ്ഞുപാളികളായ്
മൂളിയെത്തിയ മലകളുണ്ട്
കുറിചര്യം കാട്ടുനായ്ക്കരും പണിയരും
വറുതികൾ വറുത്തുകൊറിച്ച നാൾകളിൽ
കാട്ടുതീ ക്രോധമായെത്തിയ മലകളുണ്ട്
കുയിൽപാട്ടും കുന്നുകളുണ്ട്,
മയിലാട്ടും മലകളുണ്ട്
കനലുകൾ കൊണ്ടും കിനാവുകൾ കൊണ്ടും
കവിത കോറിയ ചരിതങ്ങളുണ്ട്.
ഇന്നിപ്പോൾ മലകൾ
ചോരയിൽ ജീവിതത്തിന്റെ
ചരിത്രമെഴുതുകയാണ്!
കട്ടുവകൾ കാട്ടുപോത്തുകൾ
കൂട്ടമായ് കുന്നിറങ്ങിയെത്തുകയാണ്.
മാനുകളും മുയലുകളും
നെട്ടോട്ടമായി തളരുകയാണ്
പാരസ്പര്യങ്ങളും
പാരിസ്ഥിതികങ്ങളും
ചുട്ടുകാറ്റിൽ വീർപ്പിട്ടു നിൽക്കുകയാണ്.
കാടകങ്ങളും
കാടകത്തിന്റെ നാടകങ്ങളും
ഒരേനേരം ചതുപ്പുകളിൽ പൂണ്ടുപോവുകയാണ്...
പൊറുതികെട്ട മലകൾ
സ്വയം തലയറുത്ത്
തർപ്പണം ചെയ്യുമ്പോൾ
തടസ്ഥലികളിൽ
തീരക്കാറ്റേറ്റ്
സാസ്ഥ്യം കൊള്ളുന്നവരേ,
സ്വസ്തി!

2020 ഏപ്രിൽ/കലാപൂർണ മാസിക

മാരികൾ മഹാമാരികൾ

മാരികൾ പെയ്യുതോരുന്നുണ്ട്
ഓരോരോ തീരങ്ങളിൽ
പേമാരികൾ പടകാളിയായ് തുള്ളിയുറഞ്ഞ്
പിടഞ്ഞൊഴുകുന്നുണ്ട് താഴ്‌വാരങ്ങളിൽ

മഹാമാരികൾ ?
ഇല്ലാ, പെയ്യുതോരുന്നില്ല!
ഇല്ല പിടഞ്ഞൊഴുകുന്നില്ല!

മഹാമാരികൾ
കാണാക്കയങ്ങളിൽ മുങ്ങാം കുഴിയിട്ടും
കാണാമറയത്തൊളിച്ചിരുന്നും
പിന്നെയും പിന്നെയും
പരതിപ്പരതിയിരതേടി സഞ്ചരിക്കുന്നു...

അതിദൂരങ്ങളിൽ നിന്നും
കടവാതിൽ ചിറകടിയൊച്ചയില്ലാതെ
ഒരിക്കുറുക്കന്മാരൊത്തുകൂടി
മാരിക്കുരവകളൊന്നുമില്ലാതെ
ആധിവ്യാധികളിൽ തീകോരിയിട്ട്
വരവാണ് വരവാണ്
മഹാമാരികൾ...

ഉത്സവശേഷം

ദേശപ്പെരുമയിൽ ഊറ്റം കൊണ്ട്
ദേശവാസികളൊക്കെയും
ഉത്സവങ്ങളിൽ ആറാടി നിൽക്കുന്ന
വേനൽപകലറുതികളാണിപ്പോൾ

തിറയാട്ടം തീർന്ന്
തിറയാട്ടത്തറകളിൽ ബാക്കിയാവുന്നത്
കരിഞ്ഞ കുരുത്തോലകളും
കോലധാരിയുടെ ഉറക്കച്ചടവും
പേരറിയാത്ത സങ്കടങ്ങളും മാത്രമോ?

പൂരം കൊടിയിറങ്ങി
ആനകളും പൂരപ്രമാണിമാരും
ഉപചാരം ചൊല്ലി പിരിഞ്ഞുപോയാൽ
പൂരപ്പറമ്പിൽ ബാക്കിയാവുന്നത്
പൊട്ടിത്തീർന്ന അമിട്ടുകളുടെ അവശിഷ്ടങ്ങളും
കത്തിയമർന്ന ആവേശങ്ങളുടെ വിമ്മിഷ്ടങ്ങളും
മാത്രമോ?

കാവിലമ്മ കാവുതീണ്ടിക്കഴിഞ്ഞ്
കാവുകുളങ്ങളും വിട്ടുപോകുമ്പോൾ
തിരുമുറ്റത്ത് ശേഷിക്കുന്നത്
കോഴിക്കുരുതികളുടെ ചോരയും
പടികടന്നെത്തുന്ന രാപ്പേടികളും മാത്രമോ?

കരുണയറ്റ കാലത്തിന്റെ ചുവടേറ്റവും
കൗര്യത്തിന്റെ പേക്കാഴ്ചകളും
കാണുന്നില്ലേ നിങ്ങൾ?
കുമ്പിട്ടു നിൽക്കുന്ന പെരുമലയന്

പട്ടുംവളയും കനിഞ്ഞു നൽകുന്ന പുതു തമ്പ്രാക്കൾ
മുഖപേശികളിൽ ഒളിച്ചു വെക്കുന്ന കൗശലങ്ങൾ
തിരിച്ചറിയുന്നില്ലേ നിങ്ങൾ?

പുതിയ തർപ്പണം തേടി
അരൂപികൾ ആരോ വരുന്നുണ്ടെന്നതിന്റെ
കാൽപെരുമാറ്റം കേൾക്കുന്നില്ലേ നിങ്ങൾ?

പുതിയ കുരുതികൾ കൊള്ളാനായ്
കോയ്മകളുടെ കടന്നേറ്റങ്ങൾ
അടുത്തടുത്ത് എത്തുന്നത്
അറിയുന്നില്ലേ നിങ്ങൾ ?

2020 ജൂൺ/ജനശക്തി

മനുഷ്യൻ സൂക്ഷ്മാണുക്കൾ ഈ ഭൂമിയും

ഈ ഭൂമിഗോളത്തിൽ
മനുഷ്യൻ എന്ന ജീവി
ആദ്യമായി അവതാരപ്പെട്ടത്
എന്നാണെന്നറിയില്ല

മനുഷ്യൻ എന്ന പദം
വാമൊഴി-വരമൊഴികളിൽ
ആദ്യമായി അവതരിക്കപ്പെട്ടത്
എന്നാണെന്നുമറിയില്ല

ഇന്നിപ്പോൾ
മനുഷ്യനും മനുഷ്യന്റെ ഭാഷയും
ഭാഷാന്തരങ്ങളും
ഈ ഭൂമിയിൽ അവസാനിച്ചേക്കാവുന്ന
അന്തരാള നിമിഷം
ഏതെന്ന ചിന്തിച്ചുചിന്തിച്ച്
അന്തിച്ചിരിക്കാനും ആവതില്ല...

രണ്ട്

മനുഷ്യന്റെ കഥകൾക്കും കഥയില്ലായ്മകൾക്കും
അറുതിയുണ്ടെന്ന നിർണയിക്കാൻ
അവരെത്തുകയാണ്
കണ്ണിനാൽ കാണാൻ വയ്യാത്ത കിടങ്ങളായ്
അണുധൂളികളെക്കാളും
അണുരൂപികളായ്
അവരെത്തുകയാണ്
ചാവേറുകളാവാൻ ഒരുങ്ങിപ്പുറപ്പെട്ട്
ആയുധമില്ലാത്ത അരൂപികളായ്
അവരെത്തുകയാണ്.

പണ്ടുപണ്ട്
ഭൂമിഗോളത്തിന്റെ അതീതഭൂതത്തിൽ
വൻകരകളിൽ കാലുകൾ നീട്ടി
വൻകടലുകളിൽ നീന്തിത്തിമർത്ത്
പർവതങ്ങളിൽ നിന്നു പർവതങ്ങളിലേക്ക്
പറന്നുകളിച്ച്
സമതലങ്ങളും താഴ്‌വാരങ്ങളും
ചവിട്ടിമെതിച്ച്
വിജിഗീഷുക്കളായി
വാണവരില്ലേ?

മൂന്ന്

ദിനോസറുകൾ എന്നു പേരുള്ളവർ
ഫോസിലുകളിൽ വെറുതെ
ബാക്കിനിൽക്കുന്നവർ
അവരുടെ ഭാഗധേയവിധികൾ
ഏറ്റുവാങ്ങാൻ
മനുഷ്യൻ എന്ന ജന്തുവർഗവും
വിധിക്കപ്പെട്ടുമോ?
കൊറോണയെന്നും കോവിഡ് എന്നും
പേരു കൊടുക്കപ്പെട്ട്
പരകോടി ജന്മങ്ങൾ
വരികയാണ്, വരികയാണ്...
അപരന്മാരും ഊഴവും കാത്ത്
അദൃശ്യരായി
അപ്പുറം കാണാമറയത്ത്
കാത്തിരിക്കുന്നു!

2020 ജൂലൈ/ഭാഷാപോഷിണി

അന്തകപക്ഷി അടയിരിക്കുമ്പോൾ

എട്ടു ദിക്കുകളിലേക്കും
ദൃഷ്ടികൾ പായിച്ച്
കാതങ്ങൾക്കപ്പുറത്തേക്കും
കാതുകൾ കൂർപ്പിച്ച്
അന്തകപ്പക്ഷി
അടയിരിക്കുകയാണ്.
രാത്രികൾ പകലുകളാക്കിയും
പകലുകൾ രാത്രികളാക്കിയും
അപരന്മാരൊക്കെയും
അന്തകന്മാരെന്ന് സ്വയം നിർണയിച്ച്
അടയിരിക്കുകയാണ്
അന്തകപ്പക്ഷി

(പൂടകൾ നിറയെ
ആണവായുധശേഖരങ്ങൾ
കൊക്കുകൾക്കിടയിൽ
ജൈവായുധക്കുമിളുകൾ
നാസാരന്ധ്രങ്ങളിൽ
രാസായുധലായിനികൾ)

അന്നേരത്ത്
(നേരം കെട്ടൊരു നേരത്ത്)
അതാ എങ്ങു നിന്നോ
ഇത്തിരിപ്പക്ഷി
പറന്നെത്തുന്നു
കീടങ്ങൾക്കും കീടമായി
കീടാണുവായി
ഇത്തിരിപ്പക്ഷി
അന്തകപക്ഷിയിലേക്ക്
ആരും കാണാതെ
ആരും കേൾക്കാതെ

ആവേശിക്കുന്നു.
ചിറകുകൾക്കുള്ളിൽ കുടിയേറി
പൂടകൾക്കിടയിൽ പതിയിരുന്ന്
അരക്ഷണനേരം കൊണ്ട്
ആയിരങ്ങൾ കോടികളായ്
പരകോടികളായ്
പെരുകുന്നു.

ഇന്നിപ്പോൾ അന്തകപ്പക്ഷി
സൂക്ഷ്മാണുക്കളായ് വന്ന
ചാവേർ പോരാളികളോട്
'പൊരുതിനിൽക്കാനെന്തുവഴി'
എന്നു ചിന്തിച്ച്
ചിന്തിക്കാൻ പോലും നേരം തികയാതെ
അന്തിച്ചു നിൽപ്പാണ്.
അതിർത്തികൾ മായ്ച്ചും മാറ്റിവരച്ചും
ചക്രവാളങ്ങളിലേക്ക് തേർ തെളിച്ചും
കടലേറ്റങ്ങളെ കയറൂരിവിട്ടും
ഗോളാന്തരങ്ങളിലേക്ക്
യാത്ര പുറപ്പെടാൻ
പുറപ്പാടിലായിരുന്നവൻ
ഇന്നിതാ
അന്തം വിട്ടു നിൽപാണ്!

(കാമനകളിൽ അടയിരുന്ന്
കിനാവുകൾ വിരിയിക്കാൻ
കാതോർത്തു കിടന്ന ഒരു കാമായനപ്പക്ഷിയുണ്ടാ
യിരുന്നു...
കാലത്തിന്റെ ഗതിവിഗതികളിൽ
ഏതു വളവിൽ വെച്ച്
ആ കാമായനപ്പക്ഷി കടന്നുപോയി ?)

'ആയുഷ്മാൻ ഭവ!' എന്നു സ്വയം വിചാരിച്ച്
ആയുസ്സറുതി അപരന്മാർക്കു മാത്രമെന്ന്
തന്നെത്താൻ നിശ്ചയിച്ച്,

ഭ്രമിഗോളത്തിൽ
അന്തകപ്പക്ഷി വാണരുളുമ്പോൾ
അതാ വരുന്നു
ഇത്തിരിപ്പക്ഷി!
അണുവിനേക്കാളും അണുവായ
ഇത്തിരിപ്പക്ഷി
ചിറകില്ലാതെ ചിറകടിച്ചെത്തുന്നു,
കാലദൂരങ്ങളെ
ഞൊടിനേരം കൊണ്ട് മറി കടന്ന്
കാലക്കെട്ടുതിയായ്
കുതിച്ചെത്തുന്നു.

വ്യഥയുടെ വേലിയേറ്റങ്ങളിൽ
വ്യാധിയുടെ വജ്രമുനകളിൽ
കുരുങ്ങിപ്പിടഞ്ഞ്
ഒരുവേള
ഒടുങ്ങിപ്പോകുമോ
അന്തകപ്പക്ഷി?

2020 സെപ്തംബർ/ജനശക്തി

മഹാകാലമേ

കാലമേ
നിന്റെ മൃത്യുപേടകം
ഭൂമിതൻ നെഞ്ചിടത്തിൽ
പൊട്ടിവീണ ചിതറിത്തെറിക്കുന്ന നേരമോ?

കാട്ടുചോലയിൽ കാമനപ്പച്ചയിൽ
നഞ്ചു വീഴ്ത്തിച്ചിരിച്ചാർത്തു നിൽക്കുന്ന
കാലമേ!
ക്രൗര്യങ്ങളും കുടില കർമങ്ങളും
പത്തി നീർത്തിപ്പുളഞ്ഞാടി നിൽക്കുന്ന
കാലമേ!

കാര്യങ്ങളും കാരണങ്ങളും
എന്തെന്ന ചിന്തിച്ച ചിന്തിച്ച്
ചിന്തതൻ തീക്കടൽ നീന്തിത്തളർന്ന്
പിന്നെയും പിന്നെയും
ഭൂമിയിൽ
ഉണ്മകൾക്കൊക്കയും
ഊർജമാകുന്ന താനെന്ന്
ഊറ്റമാളുന്ന മാനവൻ

അതിജീവനത്തിന്റെ പാലം കട-
ന്നക്കരെയെത്തുവാനാവുമോ
എന്നൊരുൽകണ്ഠയിൽ
ജീവിതം തീർന്നു പോകുന്നുവോ കാലമേ?

മനുഷ്യകുല നന്മയും നീതിബോധങ്ങളും
ഭാവനാശേഷിയും ബഹുസ്വര രാഗങ്ങളും
കെട്ടടങ്ങി, തരിശിടം മാത്രമായ്
മാറുന്നുവോ ജീവിതം കാലമേ?

മാരികൾ പെയ്തുപെയ്തെന്റെ ഭൂമിതൻ മാറിടം
ചോരമാത്രം ചുരത്തുന്ന നേരമിങ്ങെത്തുന്നുവോ?
കാലമേ
മഹാകാലമേ!

2020 സെപ്തംബർ/ഗ്രന്ഥാലോകം

ബഹുസ്വരത
(ഒരു വിയോജനഭാഷ്യം)

കാക്കക്ക് കാക്കയുടെ സ്വരം
കുയിലിന് കുയിലിന്റെ സ്വരം
പറവജാതികളായ പക്ഷിജന്മങ്ങൾക്കെല്ലാം
ഒരോന്നിനും വേറിട്ട സ്വജാതികളുണ്ട്

നാൽകാലികൾക്കും ഇരുക്കാലികൾക്കും
കാലികളായ കാലികൾക്കെല്ലാം
സ്വത്വാധിഷ്ഠിതമായ
ശബ്ദവൈചിത്ര്യങ്ങളുണ്ട്
അപ്പോൾപ്പിന്നെ
ഇരുകാലികളായ മനുഷ്യർക്കും
സ്വര വൈവിധ്യങ്ങളും
സ്വര വൈജാത്യങ്ങളും
സ്വാഭാവികമല്ലേ?
എന്നിട്ടും ചില ആധുനികന്മാർ
ആവർത്തിച്ചാണയിട്ടാർക്കുന്നു:
ബഹുസ്വരതയ്ക്കവകാശികൾ
ബഹുകേമന്മാർ ചിലർ മാത്രം!

ഒരേ സമയം
കാക്കയായും കുയിലായും കോഴിയായും
സ്വരഭേദങ്ങളിൽ സ്വയം അഭിരമിച്ച്
കേൾവിക്കാരെ കോൾമയിർ കൊള്ളിക്കാൻ
അതെ
കാതുള്ളവരെ മുഴുവൻ കബളിപ്പിക്കാൻ
ചിലർക്ക് ശേഷിയുണ്ടെന്നത് ശരിതന്നെ
അപ്പോഴും
ഒരു വലിയ വാസ്തവം ബാക്കി നിൽക്കുന്നു:

സ്വന്തം ആകാശത്തിലു ഭൂമിയിലും എന്നപോലെ
സ്വന്തം സ്വരത്തിലും സ്വരജതിയിലും
അതിജീവിച്ചുകൊണ്ട്
സ്വത്വബോധത്തിന്റെ നിശിത സത്യത്തിൽ നിന്നും
വ്യതിചലിക്കാൻ വിസമ്മതിക്കുന്ന
കാക്കയ്ക്കും ഇവിടെ ഇടമുണ്ട്
അതേ
കവിതയിൽ കലയിൽ എല്ലാം
കാക്കയ്ക്കും സ്വന്തമായി
ഇവിടെ ഇടമുണ്ട്

2020 ഒക്ടോബർ/പ്രഭാതരശ്മി മാസിക

പാതകം ഇപ്പോൾ മഴപോലെ പെയ്യുകയല്ല

അല്ല
പണ്ടൊരിക്കൽ കവി പറഞ്ഞതുപോലെ
പാതകം ഇപ്പോൾ മഴപോലെ പെയ്യുകയല്ല
നാട്ടുവഴികളിൽ
നടന്നു പോവുന്ന പെൺകുട്ടിയെ
ഏതോ മാളത്തിൽ നിന്നും
പെട്ടെന്ന് പ്രത്യക്ഷപ്പെട്ട്
വാലറ്റം കൊണ്ട് വിഷദംശനം സാധിക്കുന്ന
കരിന്തേളിന്റെ കൗശലമാണ്
ഇന്ന് പാതകം
ചിരിയിൽ കഠാരമുന കരുതിവെച്ച്
ചിരിച്ചെത്തുന്ന പത്രാസുകാരൻ
പെട്ടെന്നു പുറത്തെടുത്തുന്ന
ക്രൗര്യത്തിന്റെ തിളക്കമാണ്
ഇന്ന് പാതകം
കടൽക്കരയിൽ
വെറുതെ കാറ്റുകൊണ്ടിരിക്കുന്ന
ജീവിതങ്ങൾക്കിടയിലേക്ക്
തിരകളിൽ നൃത്തമായി തീരമെത്തുന്ന
കടൽപാമ്പുകളാണ്
ഇന്ന് പാതകം
ക്രമം, സമാധാനം, എന്നിത്യാദി പദങ്ങൾ
തുന്നിച്ചേർത്ത തൊപ്പിയണിഞ്ഞ്
മകൻ നഷ്ടപ്പെട്ടുന്ന അമ്മയുടെ സങ്കടത്തിൽ

ബൂട്ടിട്ട കാലുകൊണ്ട്
ചവിട്ടി നിൽക്കുന്ന ക്രൂദ്ധതയാണ്
ഇന്ന് പാതകം
വേട്ടക്കാരനും വേട്ടമൃഗത്തിനും ഇടയിലേക്ക്
കടന്നുചെന്ന്
രണ്ടിനെയും വശത്താക്കി വശീകരിച്ച്
വിഴുങ്ങിത്തീർക്കുന്ന വിനാശ വേതാളമാണ്
ഇന്ന് പാതകം
അതേ
പാതകം ഇപ്പോൾ
മഴപോലെ പെയ്യുകയല്ല

2020 ഒക്ടോബർ/ജനശക്തി

കണ്ടു കണ്ടിരിക്കുന്ന നേരത്ത്

കണ്ടു കണ്ടിങ്ങിരിക്കുന്ന നേരത്ത്
കൺമുന്നിലുണ്മയായ് നിന്ന
മണ്ണും മരങ്ങളും വയൽപച്ചയും
പെട്ടെന്ന് പട്ടുപോകുന്നു...

പട്ടുപോകുന്നു പുള്ളോർക്കുടങ്ങളിൽ
പാടിയാർക്കുന്ന നാവോറുകൾ
നാട്ടുവഴികളിൽ
മൊട്ടിട്ടു നിൽക്കുന്ന കാട്ടുതെച്ചികൾ...
കെട്ടുപോകുന്നു ചെറുതിരിനാളങ്ങളും നിന്നു-
കത്തിയാളുന്ന പന്തങ്ങളും
പടകാളിമുറ്റങ്ങളു തോറ്റങ്ങളും...

കണ്ടലോകങ്ങൾ
രൂപാന്തരങ്ങളിൽ
കാടകങ്ങളായ്
മാറുന്ന കാഴ്ചകൾ!!!
പേടമാൻക്കുട്ടങ്ങൾ
പുള്ളിപ്പുലി പടകളായ്
മാറുന്നകാഴ്ചകൾ!!
അക്കരപ്പച്ചകൾ
കത്തിയെരിയുന്ന മാമലക്കൂട്ടമായ്
മാറുന്ന കാഴ്ചകൾ...
കണ്ടുകണ്ടിങ്ങിരിക്കുന്ന നേരത്ത്
കണ്ണിൽ നിന്നും മറയുന്ന
കന്നിനിലങ്ങൾ നിലാവുകൾ
കാവും കുളങ്ങളും കാനനഭംഗിയും....
മുറ്റത്തെ മുല്ല

മുറ്റത്തിനപ്പുറം
പൂത്തുനിൽക്കുന്ന പൊൻചെമ്പകം
കായ്ച്ചു നിൽക്കുന്ന പേരയും
നാട്ടുമാതളങ്ങളും
മാഞ്ഞു മറയുമോ നാളെ?

കുഞ്ഞുമക്കൾ തൻ
ചെഞ്ചിലം ചുണ്ടിലെ
പൂത്തിരികളും
കൺകളിൽ തുള്ളിത്തുളുമ്പുന്ന
പൂനിലാപ്പൊയ്കയും മായുമോ നാളെ?

2020/വോയ്സ് മാസിക

സ്മാരകം

പാഴ്മരങ്ങളുടെ പട്ടുനിലമായി
മണ്ണിടങ്ങൾ മാറുമ്പോൾ
കളകളുടെ വിളനിലമായി
കന്യാവനങ്ങളും മാറിമറിയുമ്പോൾ
വിളഭൂമി വീണ്ടെടുക്കുവാൻ
ആരുണ്ട് പുതുവേലായുധന്മാർ?

കാതലുള്ള കിനാവുകൾ
പൂതലിക്കുന്ന കാലത്ത്
കനലുകൾ ഓരോന്നോരാന്നായ്
കരിക്കട്ടകളായ് തീരുന്ന നേരങ്ങളിൽ
നേരിന്റെ നെഞ്ചുകാക്കാൻ
ആരുണ്ട് കാവലാളാവാൻ?

മനുഷ്യകുലജാതന്മാർ ആയിരങ്ങൾ
ഞൊടിയിടയിൽ ഒടുങ്ങിത്തീർന്നത്
ഇവിടെയാണ്.
ജീവജന്തുക്കൾ പലകോടികൾ
പൊരുതിപ്പിടഞ്ഞവസാനിച്ചതും
ഇവിടെത്തന്നെ.
ഇവിടെ സ്മാരകമായ്
ഒരു കുരിശടിയോ
ഒരു കൊടിമരമോ?
അതോ
കിനാവുകൊണ്ടും കനലുകൊണ്ടും
കണ്ണീരുകൊണ്ടും
ഒരു കുടീരമോ?

ഓണമെത്തുന്നുവോ...?

ഓണമെത്തുന്നുവെന്നു ചൊല്ലിപ്പറയുവാൻ
പാടിയെത്തുന്ന കിളികളിന്നെങ്ങുപോയി?
ഓണമെത്തുന്ന തുമ്പികളെങ്ങുപോൽ?
കാട്ടു ഞാവൽ മരങ്ങളിൽ ചില്ലകൾക്കുള്ളിൽ
തോറ്റമാട്ടുവാനെത്തുന്ന കാറ്റുകളെങ്ങുപോയി?

പകരമിന്നാരോ വരുന്നു വരുന്നു

പോയ കാലക്കുഴികളിൽ നിന്നോ
വരും കാലത്തിരകളിൽ നിന്നോ
ദൂരമറിയാത്ത ദൂരങ്ങളിൽ നിന്നോ
ആരോ വരുന്നു വരുന്നു!

എങ്ങുനിന്നെങ്ങുനിന്നെന്നാരുമാറിയാതെ
എന്തിനാണെന്തിനാണെന്നോരോട്ടുമോരാതെ
കണ്ണിനാൽ കാണുവാൻ വയ്യാത്ത കിടാങ്ങളായ്
ഇങ്ങു വന്നെത്തുന്നു കീടാണു കോടികൾ

ഓണമെത്തുന്നുവോ?
ഓമനത്തിങ്കൾ കിടാവിന്റെ ഓർമ്മപോൽ
ഒരു കാട്ടുപൂക്കുന്ന നാളിന്റെ ഓർമ്മപോൽ
ഓണമെത്തുന്ന നാട്ടുവഴികളിൽ
കണ്ടുതീരാത്ത സ്വപ്നമായിപ്പോയി
ഓണമെത്തുന്ന നാൾവഴികളിൽ

എന്തുകൊണ്ടെന്നു മിണ്ടാതെ
എന്തിനെന്നെന്തിനെന്നാരോട്ടുമൊന്നും
മിണ്ടിപ്പാറയാതെ
ഇങ്ങുവന്നെത്തുന്നു സൂക്ഷ്മാണു ലക്ഷങ്ങൾ
ഓണമെത്തുന്നുവോ?

2020/വോയ്സ് മാസിക

ജനിതകം

ജനിതകത്തിന്റെ സൂക്ഷ്മ വഴികളിൽ
കോടി കോടി ജൈവജന്തുസ്സുകൾ

ആരുയിർക്കുന്നതാദ്യം?
ആരൊടുങ്ങുന്നതാദ്യം?
ഓർമ്മയുടെ തീരക്കടൽ താണ്ടി-
യാഴങ്ങളിൽ പരതവേ,
പവിഴദീപങ്ങളോ
പാപകർമ്മങ്ങൾ തൻ പാതാളഗേഹങ്ങളോ
നീരാളി ജന്മങ്ങൾ തൻ നിത്യസങ്കടങ്ങളോ

സായന്തനം മൂർച്ഛിക്കുന്നുവോ?
സകലലോക ജൈവജന്തുസ്സുകൾ
നിതാന്തവേദങ്ങളിൽ
മുങ്ങുന്നുവോ?
ഇനിയുമെന്തിനു വ്യർത്ഥ വിലാപങ്ങൾ?
അതിജീവനം ദുർഘടദൂരങ്ങൾ താണ്ടുന്ന
സമകാല സന്ധിയിൽ

എന്തിനു വെറുതേ വേപഥു
പുത്തുപാന്തരങ്ങളാർജിക്കും
വൈറസ്സുകളെക്കുറിച്ച മാത്രമെന്തിന്
വ്യാകുലവിചാരങ്ങൾ?

2020/കലാപൂർണ

പുതുവർഷമേ!

പുതുവർഷമേ!
നിന്നെ വരവേൽക്കുവാൻ
നിന്റെ വരവിന്റെ ആഹ്ലാദമംഗളം
പാടിപ്പൊലിപ്പിക്കുവാൻ
എന്തുണ്ട് വാഴ്‌വിതിൽ ബാക്കി?
വിണ്ടുകീറുന്ന ഭൂമി, വിണ്ടുകീറുന്ന ബന്ധങ്ങൾ
വീണ്ടെടുക്കാനാവാതെയെന്നേക്കുമായ്
കുണ്ടുംകുഴികളിൽ പൂഴ്ന്നു പോകുന്ന
ഭൂമിയുടെ പാട്ടുകൾ, പച്ചപ്പുകൾ

പുതുവർഷമേ
നിന്റെ നേരും നെറികളും പൂക്കളും
നെഞ്ചേറ്റുവാൻ നെഞ്ചിലെ കിളികളെ
തൊട്ടുണർത്തിത്തലോടുവാൻ താരാട്ടു-
പാട്ടിന്റെയീണങ്ങൾ കാതോർക്കുവാൻ
ആരുണ്ടു വാഴ്‌വിതിൽ ബാക്കി?

പുല്ലാങ്കുഴൽ പാട്ടിന്റെ സാന്ദ്രസാന്ത്വനം
പൂനിലാപ്പൊയ്കതൻ സ്നേഹവായ്പുകൾ
നന്മതൻ നാട്ടുവെട്ടങ്ങൾ, കൂട്ടായ്മകൾ
പങ്കുവെക്കുവാൻ, പങ്കാളിയാകുവാൻ
പുതുവർഷമേ!
ഇനിയെന്തുണ്ടുബാക്കി?

2020/വാർത്താസാന്ത്വനം

എത്രകാലമിനിയും?

സൗഹൃദങ്ങളും സ്നേഹപുഷ്പങ്ങളും
പൂത്തുനിൽക്കുന്ന തോപ്പും
തൊടികളും
തീർന്നു പോകുന്നുവോ
കാലമേ?

നാട്ടുനന്മയും നാടകങ്ങളും
കൂടിയാടുന്ന നാട്ടകങ്ങളും
പാടെ മാഞ്ഞു മറയുന്നുവോ
കാലമേ?

ചിത്ര കംബളമൊരുക്കി
ഭദ്രകാമനകൾ ചിക്കി
മേഘമൽഹാറുകൾ സാധ്യമാക്കിയ
കാവ്യചാരുതകളൊക്കെയും വറ്റി
നിരാലംബസന്ധ്യകൾ
വീണടഞ്ഞും കരിഞ്ഞും പൊലിഞ്ഞും
തീർന്നു പോകുവാൻ
എത്രകാലമിനിയും വസുന്ധരേ?

2020/പച്ചമലയാളം

കനലുകൾ

പിതാക്കന്മാരും കന്യാമക്കളും

കന്യാമക്കൾക്ക്
കന്യകാത്വം വിധിക്കാത്ത
പിതാക്കന്മാർ
പാപഭാരം ചുമക്കാൻ മാത്രം
അവരെ പ്രാപ്തരാക്കുന്നു
ആമേൻ!

ആർത്തവം/ശുക്ലം

ആർത്തവരക്തം
അശുദ്ധിയെന്നു വിധിപ്രസ്താവിക്കുന്ന
ആണത്തന്മാരേ,
അതേ ന്യായത്തിൽ
ശുക്ലവും
അശുദ്ധിയെന്ന്
സ്വയം വിധിക്കാത്തതെന്ത്?

പ്രളയത്തിലോ പാതാളത്തിലോ?

നിവർന്നുനിൽപ്പിന്റെ അവലംബം
തകർക്കപ്പെട്ടാൽ
നിലനിൽപ്പ്
പ്രളയത്തിലോ പാതാളത്തിലോ
നിപതിക്കാതെ വയ്യ!

ചരിത്രവിധിയും ചരിത്രഗതിയും

വിധിക്കപ്പെടേണ്ടവർ
വിധിക്കപ്പെടണം എന്നത്
ചരിത്രവിധിയെങ്കിൽ
ചരിത്രഗതി
പലപ്പോഴും
ഗതിമാറിപ്പോകുന്നതെന്തുകൊണ്ടാണ്?

കടലും കാടും മഴുവും

പരശുരാമൻ പണ്ട്
മഴുവെറിഞ്ഞ്
കടലിൽ നിന്നും കരയുണ്ടാക്കി.
ഇന്നത്തെ പരശുരാമൻ
മഴുവും കൊണ്ട് കാട്ടുകേറി
മരമായ മരമെല്ലാം വെട്ടിമാറ്റി
തരിശുണ്ടാക്കുന്നു.

2020/ജനശക്തി

അക്ഷരങ്ങളിൽ ആവനാഴിയൊരുക്കുന്നവൻ

കവിസുഹൃത്ത് തിലകന്റെ ഓർമ്മയിൽ

(മുംബൈയിലെ മലയാളകവികളിൽ മുമ്പനാണ് ഇ.ഐ.എ തിലകൻ എന്ന തിലകൻ. മുംബൈ മലയാളികൾക്കെല്ലാം സുപരിചിതൻ. പ്രായം എൺപതിലെത്തിയപ്പോഴാണ് അദ്ദേഹത്തിന്റെ മക്കളുടെ മുൻകയ്യിൽ 60 വർഷത്തെ സൃഷ്ടികൾ പുസ്തകമായത്. കെ.ജി. ശങ്കരപ്പിള്ളയുടേതാണ് അവതാരിക. ആ കവിതകളിലൂടെ സഞ്ചരിച്ച അനുഭവത്തിൽ നിന്ന് അദ്ദേഹത്തിന്റെ അടുത്ത സുഹൃത്തുകൂടിയായ കവി 'അക്ഷരങ്ങളിൽ ആവനാഴിയൊരുക്കുന്നവൻ' കവിത രചിക്കുന്നു.)

തിലകന്റെ കവിതകൾ
ഒരായുസ്സിന്റെ നേരനുഭവങ്ങൾ
വാങ്മയങ്ങളിൽ വാറ്റിയെടുത്തത്
നീതിബോധങ്ങൾ നിരീശ്വരബോധ്യങ്ങൾ
വരികളിൽ വിളയുന്നത്

കവിതകളിൽ
സൗന്ദര്യാത്മകത പോരെന്നു വരാം
താളപ്പെരുക്കവും ചാരുതകളും
കാവ്യഭാവനയുടെ ആകാശപുഷ്പങ്ങളും
കണ്ടില്ലെന്നു വന്നേക്കാം

എന്നാലോ
ഓരോ വരിയിലും ഒരു തിരയിളക്കം
ഓരോ കവിതപ്പേരിലും
അപരിചിതമായ ഒരു കാൽപെരുമാറ്റം
പേജുകൾ മറിയുമ്പോൾ
അനുഭവങ്ങളുടെ വൻകരകൾ
അറിവുകളുടെ കടലാഴങ്ങൾ...
അറുപതു വർഷത്തിന്റെ
കഷ്ടതകൾ

കാഠിന്യങ്ങൾ
പോരാട്ടങ്ങൾ
പ്രതിരോധങ്ങൾ
എല്ലാം നിറഞ്ഞു നിറവേറുന്നത്
കാവ്യപുസ്തകത്തിന്റെ
നാനൂറു പേജുകളിൽ

തിലകന്റെ കവിതകളിൽ
പാടുന്ന പക്ഷികൾ കുറവാണ്
ഒറ്റവായനയിൽ കയറിയെത്താവുന്ന
കുന്നുകൾ കുറവാണ്
നീന്തിത്തിമിർക്കാൻ പറ്റിയ
ആഴമില്ലാക്കുളങ്ങൾ തീരെയില്ലെന്നുമാവാം

എന്നാലോ
അക്ഷരങ്ങളിൽ പതിഞ്ഞു കിടപ്പുണ്ട്
കീഴാളജന്മങ്ങളുടെ ചോരപ്പാടുകൾ
വാക്കുകളിൽ പതിയിരിപ്പുണ്ട്
വർഗവൈരുദ്ധ്യത്തിന്റെ ഒളിപ്പോരുകൾ
കവണകളെറിയുന്നുണ്ട്
ചതികളുടെ നെറ്റിത്തടങ്ങളിലേക്ക്

ബുദ്ധിജീവിതത്തിന്റെ
നാനാവഴികളിൽ സഞ്ചരിച്ചവൻ
നേരിന്റെ നെരിപ്പോടുകൾ
നെഞ്ചിലേക്ക് നേരിട്ടേറ്റെടുത്തവൻ
അപ്പോഴും
പരസ്നേഹത്തിന്റെ പരാഗങ്ങൾ
സൂക്ഷിക്കുന്നവൻ
പ്രണയത്തിന്റെ പേലവദലങ്ങൾക്കു പകരം
പെൺജീവിതത്തോടുള്ള
ഗാഢസൗഹൃദം
പേശീബലമായ് കരുതിവെക്കുന്നവൻ

വരൾച്ചകളിലും വറുതികളിലും
സ്നേഹത്തിന്റെ വിളക്കുകൾ

കൊയ്തുകൂട്ടിയ
അമ്മയെക്കുറിച്ചുള്ള ആർദ്രത വറ്റാത്ത ഓർമ്മകൾ
ചൂഷണമെന്ന ജന്തുവിന്റെ
ചെളുമ്പലുകൾ നിറഞ്ഞ ചതുപ്പുകളിൽ
പൂണ്ടു പോകാതെ
ചരിത്രവഴികളിൽ നടന്നുകേറിയ
കാലടികൾ...
ഗ്രാമ്യകൗമാരത്തിന്റെ പട്ടുമുളകൾ
വാർധക്യത്തിന്റെ പോക്കുവെയിൽ നേരത്തും
പൂത്തുലയുമ്പോൾ
വിശ്രാന്തിയുടെ പുഴയോരത്ത്
ജലമർമ്മരങ്ങളും ദലമർമ്മരങ്ങളും
ശ്രവിച്ച്
സായന്തനത്തിന്റെ കാറ്റേറ്റ്
വെറുതെയിരിക്കുമ്പോൾ
അതാ
രോഗപീഡകളുടെ ഹിംസ്രജന്തുക്കൾ
ചുറ്റിലും!
അപ്പോഴും
സ്വയം പൊട്ടിച്ചിരിച്ചും ചിരിപ്പിച്ചും
ഇതാണ് ജീവിതമെന്ന തിരച്ചറിവിൽ
കവിതയിലും കിനാവുകളിലും
കോരിത്തരിച്ച്
കവിയിരിക്കുന്നു.

അക്ഷരങ്ങളിൽ ആവനാഴിയൊരുക്കാൻ
അറിയുന്നവൻ
അജാതശത്രുവായ് നിലിൽക്കാൻ
ഇപ്പോഴും ശേഷിയുള്ളവൻ!

2021 ജനുവരി/ജനശക്തി

വിതയ്ക്കുന്നവരും
വിളവെട്ടുക്കുന്നവരും

വിതയ്ക്കുന്നവർ
മണ്ണിന്റെ നെഞ്ചറിയുന്നവർ
വിതയ്ക്കുന്നവർ
മണ്ണിന്റെ നേരറിഞ്ഞ്, നോവറിഞ്ഞ്
മണ്ണിന്റെ കനവുകളും കിനാവുകളും
തൊട്ടറിഞ്ഞ്
വിണ്ണിന്റെ വേവുകളെന്തെന്ന് തിരിച്ചറിയുന്നവർ

വിതച്ചവർ
വിളവെട്ടുക്കുന്ന കാലം മറഞ്ഞേ പോയ്
വിതച്ചവർ
വിളവുണ്ണുന്ന കാലം മറന്നേ പോയ്
വിതച്ചവർ
വിളവിനു കാവൽ കിടക്കുന്ന നാളുകൾ
വിളവിന്റെ കനവുകൾ കാതോർക്കുന്ന നാളുകൾ
മാറിമറഞ്ഞേപോയ്
മണ്ണ്
വിണ്ണിന്റെ കണ്ണിൽ കരടുമാത്രമായ്
തീർന്നേ പോയ്...
വളമണ്ണിൽ
വിഷവിത്തു വിതച്ചവർ
നൃറുമേനിയായ് തന്നെ
വിളവെട്ടുക്കുന്നു.
-അപരന്മാരെ വിഷമൂട്ടി
അന്നം മുട്ടിച്ച്
വാണിഭത്തിൽ വിളയുന്നവർ

ഓർക്കാതിരിക്കരുത്,
വിഷക്കനികൾ ഒരുനാൾ
നിങ്ങൾക്കും വിനയായ്
നിങ്ങൾക്കും വായ്ക്കരിയാവാം
വയലുകളിൽ തീ വിതച്ച്
തീയിൽ വെന്തുപോയവരെ നോക്കി
പരിഹാസച്ചിരി ചിരിച്ചവർ
ഓർക്കാതിരിക്കരുത്
തീ വിതച്ചവർ
കെടുതി കൊയ്തുകൂട്ടുന്ന
നാൾവരും
ചുടലത്തീ നിങ്ങളെത്തന്നെ
തിരിഞ്ഞുകൊത്തുന്ന കാലം വരും
(വിളഭൂമികളുടെ കറുത്ത വളമണ്ണിൽ
വെളുമ്പൻ വൈറസുകൾ കുടിയേറുന്നോ?
കുടിയേറ്റം കയ്യേറ്റമായ് കൊടിയേറി
കൊടിയേറ്റങ്ങൾ ഘോഷമാകുന്നോ?)
വിത്തുകളെ കീടങ്ങൾക്ക കൂട്ടിക്കൊടുക്കുന്നവർ
വിളവുകളെ വിളവിടത്തിൽ തന്നെ കുഴിച്ചുമൂടാൻ
കൂട്ടുനിൽക്കുന്നവർ
മണ്ണിന്റെ ഈർപ്പമാർന്ന കരൾതടങ്ങളെ
വിണ്ണിനും വിനാശങ്ങൾക്കും തീറെഴുതുന്നവർ...
മണ്ണിന്റെ ജീവ കമാനങ്ങൾ മൊത്തമായ്
വിണ്ണിനു വിട്ടുകൊടുക്കാൻ വിസമ്മതിക്കുന്ന
കൃഷീവലൻ
നേർക്കുനേർ നിന്ന് പോരാടിക്കുന്ന
ഈ നേരിന്റെ നേരങ്ങളിൽ
ഇനി വാഴ്‌വിന്റെ വഴികളെന്ത്?
പൊറുതിയില്ലാക്കെടുതി വാഴ്ചകൾക്ക്
ഇനി അറുതിയെന്ന്?

വയലുകളുടെ നിറവയറിൽ
കൊടുവാൾ കുത്തിയിറക്കുന്നവർക്ക്
ആരാണ് ശിക്ഷ വിധിക്കുക?
ചരിത്രം വെറുമൊരു ചാവേർ നിലമല്ല
കുരുതികളിൽ നെഞ്ചുനീറി
വറുതികളിൽ വെന്തുരുകി
നാളെയുടെ നാവേറുകൾ പാടിയുണർത്താനുള്ള
പോർനിലങ്ങളുമാകുന്നു...
കാറ്റുവിതച്ചവർ
കൊടുങ്കാറ്റുകൾ കൊയ്യുമെന്നാണെങ്കിൽ
കെടുതി വിതക്കുന്നവർ
മറുകെടുതികൾ കൊയ്യുക്കൂട്ടാതിരിക്കുമോ?

2021 ഫെബ്രുവരി/ജനശക്തി

ഇരയല്ലിവൾ!

ഇരയല്ലിവൾ!
ഒറ്റയ്ക്ക് പൊരുതിപ്പിടയുമ്പോഴും
ഒടുങ്ങിത്തീരാനൊരുക്കമില്ലാത്തവൾ
ഇരയല്ലിവൾ!

കാതിലോല പൊന്നോലപ്പാട്ടുകേട്ട്
കാതോരം കേട്ടുനിന്നവൾ
പാവാട പ്രായത്തിൽ ചുവടൊരുങ്ങി
ആലോലം ആട്ടമാടി പൂത്തുനിന്നവൾ
ഇരയല്ലിവൾ!

ഇരുട്ടിൻ കോട്ടയ്ക്കകം പെട്ടുഴലുമ്പൊഴും
ഉദയം കാണാനൊരുങ്ങിപ്പുറപ്പെട്ടവൾ
ഒറ്റയ്ക്കു സൂര്യനെകണ്ടുനിൽക്കുമ്പൊഴും
ഉൺമതൻ ഒറ്റത്തിരി കെടുത്തിക്കളയാത്തവൾ
ഇരയല്ലിവൾ!

ഭാവത്തിൻ പരകോടിയിൽ
ഭാവദീപ്തികൾ വിരിയിച്ചവൾ
ഭാവനയ്ക്കാധാരമായ്
ഭൂമിയെ പ്രണയിച്ചവൾ
ഇരയല്ലിവൾ!
സ്നേഹവചനങ്ങളും സുഖദസ്വപ്നങ്ങളും
സ്വന്തമായ് സൂക്ഷിച്ചവൾ
നിഴലുകൾക്കിടയിലും വെയിൽനാളമായ്
ചിരിതൂകി നിൽക്കാൻ ശ്രമിച്ചവൾ
ഇരുട്ടിലകം പെട്ട്
ഇടറിപ്പൊലിഞ്ഞൊടുങ്ങിത്തീരാൻ
ഇവൾക്കാവുന്നതെങ്ങനെ?
(മണ്ണടരുകൾക്കടിയിലാഴത്തിൽ

കുഴിച്ചു മൂടിപ്പിന്നെകുഴിതോണ്ടിക്കളഞ്ഞിട്ടും
മണ്ണിൻ കണ്ണീരാൽ കിളിർത്തുണർന്നതഥാനമായ്
നക്ഷത്രപ്പൂമരം പോലെ നിൽക്കും നീ
എന്റെ കവിതയ്ക്കു മറുപേരായ് മാറുന്നുവോ?)

വേട്ടയ്ക്കൊരു മകളല്ല.
വേട്ടനായ്കോമ്പല്ലുകൾക്കിടയിൽ
കോർക്കപ്പെട്ടുഴലുമ്പൊഴും
ഉലയാത്തവൾ
ഉലയിൽ തീയായ് ഊതിയുണരുന്നവൾ
പെൺമ പൂത്തുലയും നാളെയ്ക്കായ്
നാഭിയിൽ നക്ഷത്രക്കുഞ്ഞുങ്ങളെ
താരാട്ടാനറിയുന്നവൾ
ഇരയല്ലിവൾ!

മാർച്ച് 2021/പ്രഭാത രശ്മി മാസിക

ഉഴവുകൾ

ഉഴവുകളിൽ ഉഴലുന്നവരായ്
എപ്പോഴും ചിലരുണ്ടാവും
അവരില്ലെങ്കിൽ
ഉണ്ണുന്നവരുണ്ടാവില്ലല്ലോ.

കൊട്ടാരക്കെട്ടുകളിൽ
പള്ളിയുറങ്ങുന്നവർ
പല്ലക്കുകളേറി പരിവാരസമേതം
സഞ്ചരിക്കുന്നവർ

വെയിലേറ്റും വേർപ്പുകുടിച്ചും
കന്നിമണ്ണിൽ അന്നം വിളയിക്കാൻ
ഉഴലുന്ന
കൃഷീവലജന്മങ്ങളെക്കുറിച്ച്
എന്തറിയുന്നു?

വിത്തെടുത്തു കുത്തുന്നവർ
വിളകളെ കളകൾക്ക് കൂട്ടിക്കൊടുക്കുന്നവർ
വയലുകളെ വരൾച്ചകൾക്ക് ദാനം കൊടുക്കുന്നവർ
വയറുകൾ ഭക്ഷ്യവിഷങ്ങൾക്കായ് വിട്ടുകൊടുക്കു
ന്നവർ
അതേ, അവരാണിപ്പോൾ വിധാതാക്കൾ!

'കള്ളനും പോലീസും' കളി നടക്കുന്ന
നാട്ടരങ്ങുകളുണ്ട്
കീചകവധം കഥകളി തിമിർക്കുന്ന
തിരുവരങ്ങുണ്ട്
എവിടെയും കാണികളായ്
കോമാളികൾ ഏറെയുണ്ട്

അപ്പോഴും
വണിക്കുകൾ വയലുകൾ ചൂതാടുന്നു
ഭരണാധിപന്മാർ കൈകെട്ടി നിന്ന് ചിരിച്ചുകുന്നു
മാരി പെയ്യുന്ന മഴക്കോളിലും
നെരിപ്പോടായ് ഉരുകുന്ന വേനൽക്കാറ്റിലും
ഉഴവുകളിൽ ഉഴലുന്നവരായ്
കൃഷീവലജന്മങ്ങൾ
ഇപ്പോഴും ബാക്കി നിൽക്കുന്നു!

അവരില്ലെങ്കിൽ
ഉഴവുകളിൽ
വിത്തുകൾ മുളപൊട്ടുന്നതെങ്ങനെ?
വിളകൾ കതിരണിഞ്ഞുണരുന്നതെങ്ങനെ?

2021 മെയ്/ആശ്രയ മാതൃനാട്

സ്തുതിപാഠകർ

സ്തുതിപാഠകർ
പെരുകുന്നുണ്ട് ഇക്കാലത്ത്
അധികാരത്തിന്റെ ഇടനാഴികളിലും
നീതിപീഠത്തിന്റെ നിഴൽവഴികളിലും
അവരുണ്ട്.
അക്കാദമികളുടെ അധോലോകങ്ങളിലും
ആരാച്ചാരന്മാരുടെ അകമുറികളിലും
അവർക്കിടമുണ്ട്
സ്തുതിപാഠകരുടെ പട്ടികയിലിടം കിടയാൻ
ക്യൂ നിൽപാണ് പണ്ടാരങ്ങൾ
പട്ടികയിലിടം കിട്ടിയാൽ
ഊട്ടുപുരയിൽ മൃഷ്ടാന്നം
പാപക്കറ പുരണ്ട പണക്കിഴിയും,
പട്ടിൽ പൊതിഞ്ഞ കൊലവാളും!
പോരെങ്കിൽ
പ്രശസ്തിപത്രവും പാട്ടുപുരാണവും!
സ്തുതിപാഠകരുടെ പാഠകങ്ങൾ
വരമൊഴിയായും വാമൊഴിയായും മാത്രമല്ല,
സൈബറിടങ്ങളിലും
സുലഭം!
സ്തുതിപാഠകർക്ക്
സ്തുതിയായിരിക്കട്ടെ!

2021 സെപ്തംബർ/ജനശക്തി

നാളെ?

കണ്ടു കണ്ടിങ്ങിരിക്കുന്ന നേരത്ത്
കൺമുന്നിലുൺമയായ്നിന്ന
മണ്ണും മരങ്ങളും വയൽപച്ചയും
പട്ടുപോകുന്നു പെട്ടെന്ന് പെട്ടെന്ന്...
പട്ടുപോകുന്നു പുള്ളോർക്കുടങ്ങളിൽ
പാടിയാർക്കുന്ന നാട്ടുനാവോറുകൾ
നാട്ടുവഴികളിൽ മൊട്ടിട്ടുനിൽക്കുന്ന
കാട്ടുതെച്ചികൾ, കാന്താരികൾ, കനകമല്ലികൾ
കെട്ടുപോകുന്നു കത്തിയാളുന്ന പന്തങ്ങൾ,
പാട്ടുത്സവങ്ങൾ, പടകാളിമുറ്റങ്ങളും...

കണ്ടലോകങ്ങൾ രൂപാന്തരങ്ങളിൽ
ലോകാന്തരങ്ങളായ് മാറുന്ന കാഴ്ചകൾ!
പേടമാൻ കൂട്ടങ്ങൾ പുള്ളിപ്പുലിപ്പടകളായ്
പണ്ടാരമാടുന്ന കാഴ്ചകൾ!
അക്കരപ്പച്ചകൾ, പ്രണയദൂതുകൾ
കത്തിയെരിയുന്ന, പിടഞ്ഞൊടുങ്ങുന്ന
കെടുതിയുടെ കാഴ്ചകൾ!

കണ്ടുകണ്ടങ്ങിരിക്കുന്ന കാലത്ത്
കണ്ണിൽ നിന്നും മറയുന്നു
കന്നിനിലങ്ങൾ, നിലാവുകൾ
കാവും കുളങ്ങളും കാനനഭംഗിയും...
മുറ്റത്തെ മുല്ലയും
മുറ്റത്തിനപ്പുറം കായ്ച്ചു നിൽക്കുന്ന
നാട്ടുമാതളങ്ങളും പേരയും പൊൻ-
ചെമ്പകപ്പൂത്തിരികളും
മാഞ്ഞുമറയുമോ നാളെ?
കുഞ്ഞുമകൾ തൻ ചെഞ്ചിലം ചുണ്ടിലെ
ചന്ദനപ്പുഞ്ചിരികളും, കൺകളിൽ
തുള്ളിത്തുളുമ്പുന്ന പൂനിലാപൊയ്കയും
മാഞ്ഞു തീരുമോ നാളെ ?

ചരിത്രം എല്ലാം കരുതിവെക്കുന്നുണ്ട്

ഇരുണ്ട താവളങ്ങളിൽ നിന്നും
അവർ
ഓരോരോ നേരം നോക്കി
കടന്നെത്തുകയാണ്
പ്രച്ഛന്ന വേഷങ്ങൾ അഴിച്ചുവെച്ച്
തനിസ്വരൂപങ്ങളായ് തന്നെ
അവരെത്തുകയാണ്
വെളിച്ചത്തിന്റെ തുറസ്സുകൾ സ്വന്തമാക്കാൻ
ഇരുട്ടിന്റെ നേരവകാശികൾ
എത്തുകയാണ്...

ആയുധങ്ങളും അങ്കച്ചമയങ്ങളും
അവർക്കായ് ഒരുക്കപ്പെട്ടുമ്പോൾ
ശംഖുവിളികൾക്കും
കുർബാനപ്പാട്ടുകൾക്കും
ഇടയിൽ
ഇടനാഴികളിലൂടെ
നുഴഞ്ഞു കയറുന്നവർ!

ഭീകരതയുടെ വീഞ്ഞുപാത്രം
കയ്യിലെടുത്തു മോന്തിനിൽക്കുന്നവർ
ഇവർ
ആരാണ്?
വിത്തുവിതച്ച്
വിളകൊയ്യാൻ കാത്തിരിക്കുന്ന
കർഷകജീവിതത്തിന്റെ നെഞ്ചിടങ്ങളിലേക്ക്
വെടിയുണ്ടകൾ വാരിവിതച്ച്
കൊടുമകൾ കൊയ്തുകൂട്ടാൻ
കോപ്പു കൂട്ടുന്നവർ

ഇവരുടെ വിളവെടുപ്പുകൾ
ആർക്കുവേണ്ടി ?
ഈ പാതകങ്ങൾ
ആരുടെ പത്തായപ്പുരകളിൽ
കരുതിക്കൂട്ടിവെക്കും ?
ഭരണാധിപന്റെ വാഗർത്ഥങ്ങളിൽ
മുഴങ്ങുന്ന വിരുദ്ധോക്തികൾ
ദേശഭക്തന്റെ പുരാതന സങ്കീർത്തനങ്ങളിൽ
പതുങ്ങിനിൽക്കുന്ന പരാക്രമത്വരകൾ
വികാസവാദിയുടെ വിൺവാക്കുകളിൽ
മോങ്ങിനിൽക്കുന്ന വിധേയത്വങ്ങൾ
എല്ലാം
ചരിത്രം കാതോർക്കുന്നുണ്ട്,
ഉണ്ട്,
ചരിത്രം എല്ലാം കരുതിവെക്കുന്നുണ്ട്!

2021 ഒക്ടോബർ/ജനശക്തി

അതിജീവനം

ഇടിഞ്ഞിടിഞ്ഞില്ലാതാവുന്ന
ഈ തീരഭൂമിയിൽ
ഓരോരത്തിരുന്ന്
കടലോർമകൾ ചിലത്
വായിച്ചെടുക്കുകയാണ്

മഴവെറിഞ്ഞ്
കന്യാനിലം കണ്ടെടുത്ത
പരാക്രമിയെപ്പറ്റിയല്ല.
ഉലകം ചുറ്റാൻ കപ്പലോട്ടിയ
മന്നന്മാരുടെ
വീരഗാഥകളെക്കുറിച്ചല്ല
തിമിംഗലങ്ങളെ വേട്ടയാടാൻ പുറപ്പെട്ട
ഒറ്റയാൻ വൃദ്ധന്റെ പൗരഷധീരതയെക്കുറിച്ചുമല്ല.

ചിരിതൂകി നിന്ന സൂര്യന്റെ
ആദ്യത്തെ കരലാളനങ്ങളെപ്പറ്റി
തൂവെള്ളച്ചിറകുകളിൽ താഴ്ന്നിറങ്ങിയ
ആകാശനിലാവിന്റെ
ഇളം തണുപ്പാർന്ന സ്പർശനത്തെപ്പറ്റി

ഉയിരോർമകൾ ഓരോന്നും
തോറ്റിയുണർത്തുകയാണ്...
(പടിഞ്ഞാറൻ കാറ്റിന്റെ കാമനകളിൽ
മതിമറന്ന്
മാടിവിളിക്കുന്ന ചതിച്ചുഴികളിലേക്ക്
ഇറങ്ങിപ്പുറപ്പെട്ടവരെപ്പറ്റി
വൃഥാ വേപഥുവെന്തിന്?)

കിഴക്കൻ മലകളിൽ
ഇപ്പോഴും ശേഷിക്കുന്ന പച്ചകളിൽ
പ്രാണനൊമ്പരം തുടിക്കുന്നുണ്ട്
പുതുപ്പിറവിയുടെ പുല്ലാങ്കുഴൽപാട്ടിൽ
അലമുറത്തോറ്റങ്ങൾ തകർന്നുടയുന്നുണ്ട്
ഇപ്പോഴും ശേഷിക്കുന്ന
ഈ കരയുടെ അരികുപറ്റി
ഞാനിവിടെ നിൽക്കുന്നുണ്ട്
പുനർജനിക്കായ് പിടയുകയാണ്
നാമ്പുകൾക്ക് നനവു പകരാൻ
ഇടം മാറാതെ
ഞാനിപ്പോഴും ഇവിടെത്തന്നെ!

2021/ഭാഷാപോഷിണി

എത്ര പാവത്താൻ!

കൊ റോണയെന്നും
കോവിഡെന്നും
മാറ്റപ്പേരുള്ള
ഒരു സൂക്ഷ്മാണു:

ഈ ഭൂമിഗോളം മുഴുവൻ സഞ്ചരിക്കാൻ
വൻകരകൾ കടന്ന്
വൻകടലുകൾ നീന്താതെ നീന്തിക്കടന്ന്
സഞ്ചരിക്കാൻ വാഹനങ്ങൾ വേണ്ട
വാഹകരാവാൻ മനുഷ്യജീവികൾ മാത്രം മതി
എന്ന വാസ്തവം ബാക്കിനിൽക്കുന്നു

കടലാഴങ്ങളിൽ ഊളിയിടാൻ ശേഷിയുള്ള
ബാഹ്യകാശങ്ങളിൽ വിഹരിക്കാൻ പ്രാപ്തിയുള്ള
ഗോളാന്തരങ്ങളിലേക്ക് യാത്ര പോവാൻ ഉത്സാഹ
മുള്ള
ഭൂമിയിൽ അപരജീവിവർഗ്ഗങ്ങൾക്കൊക്കെയും
അധിപതിയെന്ന് ഊറ്റമാളുന്ന മനുഷ്യൻ
സൂക്ഷ്മാണുക്കളിൽ സൂക്ഷ്മാണുവായ
ഒരു രോഗാണുവിന്റെ മുമ്പിൽ
എത്ര പാവം!

കൊറോണയും കൊറോണ ജനുസ്സിൽപെട്ട
പരശതം കീടാണു ജന്മങ്ങളും
ഇതുപോലിനിയും
സഞ്ചാരം തുടർന്നാൽ
ഈ ഭൂമി മുഴുവൻ
സൂക്ഷ്മാണുക്കളായ ഈ രോഗാണുക്കൾക്ക്
അധിനിവേശപ്പെട്ടുപോകില്ലേ?

കരകളും വൻകരകളും
കടന്നുകയ്യേറി
കൊന്നും തിന്നും
അപരജന്തുജന്മങ്ങൾക്ക്
അതിജീവിക്കാനുള്ള അവസരംപോലും
ചവിട്ടിമെതിച്ചും
അധിനിവേശങ്ങൾക്കെല്ലാം
അധിപതിയായി വാഴുന്ന
മനുഷ്യകുലജാതൻ
ഇന്നിപ്പോൾ
സൂക്ഷ്മാണുവായ
ഒരു രോഗാണുവിനു മുമ്പിൽ
എത്ര പാവത്താൻ

2021/വാർത്താ സാന്ത്വനം

വാളുകൾ

നിവർന്നു നിൽക്കുന്നവന്റെ
നെറുകയെ ലക്ഷ്യം പിടിച്ച്
വാളുകൾ തൂങ്ങിനിൽക്കുന്നുണ്ട്
ഉണർന്നിരിക്കുന്നവളുടെ
ഉൺമകൾ ഉന്നംവെച്ച്
വാളുകൾ ഓങ്ങിനിൽക്കുന്നുണ്ട്
പിതൃഭൂമി നഷ്ടപ്പെട്ടവരുടെ
സ്വാതന്ത്ര്യസ്വപ്നങ്ങളിലേക്കും
വിഭജനത്തിന്റെ വിഹ്വലതകളിൽ
വീർപ്പുമുട്ടുന്ന വിള്ളലുകളിലേക്കും
വാളുകൾ
വായ്ത്തല മൂർച്ച കൂട്ടുകയാണ്
ഭൂമിയിൽ
ജൈവജനുസ്സുകളുടെ
ആയുസ്സിനുമേൽ
ജനിതകമാറ്റത്തിന്റെ വാളുകൾ
എപ്പോഴും ഇപ്പോഴും !

2021 ഒക്ടോബർ/മറുവാക്ക്

മഹാപ്രസ്ഥാനം

അഗ്രഗാമിയായ്
അയാൾ
അവസാനയാത്രയ്ക്ക്
ഒരുങ്ങിപ്പുറപ്പെട്ടപ്പോൾ
ആദ്യം
ആരും കൂടെക്കൂടാൻ
കൂട്ടാക്കിയില്ല
സംശയിച്ചും സ്വയം ശാസിച്ചും
പലവട്ടം പരസ്പരം ചോദ്യം ചെയ്തും
പിന്നീടുമാത്രം
സഹജാതരെപ്പോലെ
സഹയാത്രികരാവാൻ
അവർ തീരുമാനിച്ചു
ആണായവർക്കെല്ലാം
പെണ്ണായി നിന്നവളെയും
അവർ കൂടെക്കൂട്ടി
ഏറ്റവും പിന്നിലായ്
പിന്നിലാക്കപ്പെട്ടവളെപ്പോലെ
അവളും
(അങ്ങനെ അവർ
അവസാനയാത്ര
ആരംഭിക്കുകയായി)

പടികളിറങ്ങുന്നു

കൊട്ടാരവാതിലുകൾ ചാരി
കൊട്ടാരക്കെട്ടിന്റെ പടിയിറങ്ങവേ
ആരും പരസ്പരം മിണ്ടിയില്ല
ആരും അന്യോന്യം നോക്കിയില്ല
കെട്ടുതീരാത്ത ഒരു തിരിവിളക്കായി
മനസ്സിന്റെ അകമുറികളിലൊന്നിൽ
അമ്മയെക്കുറിച്ചുള്ള ആധി മാത്രം
അപ്പോഴും മുനിയുന്നുണ്ടായിരുന്നു...)
അന്തപ്പുരത്തിലെ

അലങ്കാരവിളക്കുകളെല്ലാം കെട്ടുത്തിക്കഴി
ഞ്ഞിരുന്നു...
ഇടനാഴികളിൽ നിത്യമായ് നിന്ന കെടാവിളക്കുകളും
കെട്ടുപോയിരുന്നു...
(കാവൽ മാടങ്ങളിൽ
കാവൽക്കാർ ആരുമുണ്ടായില്ല
കാവൽ നായ്ക്കളും
കൂറുമാറി കൂട്ടം തെറ്റി പോയിരുന്നു...)
പെറ്റമ്മ കൂടെയില്ലാതെ
പിൻവിളികൾക്കു കാതോർക്കാതെ
അവർ
അന്യോന്യമറിയാത്തവരെപ്പോലെ
പുറപ്പെട്ടു പോവുകയായിരുന്നു...

രാജാങ്കണം വിട്ട്
രാജവീഥികൾ പിന്നിട്ട്
ഇടവഴികൾ പലതും കടന്ന്
ഇടനാട്ടിലെത്തുകയായി അവർ...

കൈത്തോട്ടുകൾക്കപ്പുറം
കരിമ്പിൻ തോപ്പുകൾ
മനുഷ്യർക്കെല്ലാം മധുരം വിളമ്പിയ
കരിമ്പിൻ തോപ്പുകൾ ഇന്ന്
തണ്ടൊടിഞ്ഞ് ചണ്ടിമാത്രമായ്

പടനിലം

ഇത് പടനിലം
ചതികളും ചാവേറുകളും
ചാവുനിലമാക്കിമാറ്റിയ
കുരുതിഭൂമി
വിവസ്ത്രയായ് വിണ്ണുനോക്കി വിലപിക്കുന്ന
വിശാലവിസ്തൃതി
ഇളമുറക്കാരുടെ ഇടം കാലാൽ
വീഴ്ത്തപ്പെട്ടതുപോലെ
പൊടിമണ്ണിൽ പുതഞ്ഞ്
ശരമാരിയിൽ പിടഞ്ഞ്

പിതാമഹൻ
ഉത്തരായനകാലം കാത്തു കിടന്നത്
ഇവിടെ
സൂര്യജാതനായവൻ
അജാതശത്രുവായ് വിരാജിച്ചവൻ
അമ്മയുടെ കണ്ണീർമൊഴിയിൽ
സ്വയം തോറ്റുകൊടുത്തതും
ഇവിടെത്തന്നെ
ധീരപുത്രൻ കുമാരകൻ
ചതിക്കുരുക്കിൽപ്പെട്ടുഴലുന്നതും
പിന്നെ പിടഞ്ഞൊടുങ്ങിയതും
ഈ കുരുതിമണ്ണിലല്ലാതെ മറ്റെങ്ങ്?
ബന്ധങ്ങൾ
ബന്ധവിച്ഛേദങ്ങളായ്
ഒടുങ്ങിപ്പോയതും
ഇവിടെത്തന്നെ!

പെരുവഴിയിൽ

പടനിലത്തിന്റെ ഓരം ചേർന്ന്
വടക്കോട്ടു പോകുന്ന പെരുവഴി
പടയാളികളും പടക്കുതിരകളും
പട്ടം കെട്ടിയ ഗജപോക്കിരികളും
സഞ്ചരിച്ച പൊതുവഴി
ഇന്നിതാ
പടകഴിഞ്ഞ പടയാളികളായ്
പോർനിലം വിട്ടുപോകുന്ന പോരാളികളെപ്പോലെ
അവർ പോകുന്നു
അഗ്രഗാമിയും അനുഗാമികളായ്
അനുചരസംഘവും
(ഒന്നിച്ചു പോകുമ്പോഴും
ഉള്ളിൽ ഓരോ മനുഷ്യനും ഒറ്റയ്ക്കാണ്)
തെക്കുനിന്നും വടക്കോട്ടുള്ള വഴിയിൽ
ഇരുവശത്തും ഗോതമ്പുപാടങ്ങളുണ്ടായിരുന്നു.
സ്വർണ്ണനിറമാർന്ന്
നിറഞ്ഞുനിറവേറി നിൽക്കുന്ന ഗോതമ്പുകതിരുകൾ
ഇന്നില്ല
കൊയ്തെടുക്കാനാളില്ലാതെ
(കൊയ്ത്തു പാടത്തു പണി ചെയ്തോരെല്ലാം

പടനിലത്ത് ഒടുങ്ങിത്തീർന്നുപോയല്ലോ!)
മണ്ണിൽ വീണുകിടന്നഴുകുന്ന
കതിരുകളിൽ വട്ടുകെട്ടിയ പാട്ടുകൾ
പടനിലത്തൊടുങ്ങിപ്പോയവരുടെ
ബാക്കിപത്രത്തിൽ ശേഷിക്കുന്ന
ഒടുക്കത്തെ ഒസ്യത്താധാരമോ?
(ആർക്കറിയാം
മരിച്ചവരുടെ ഒസ്യത്താധാരത്തിന്റെ അന്തർഗത
ങ്ങൾ...!)
ഓർമ്മകളുടെ സങ്കടൽ
ഉള്ളിലെ തീരങ്ങളിൽ...

ഇറക്കം

ഇനിയുള്ള വഴി ഒരു വലിയ
ഇറക്കമാണ്
താഴ് നിലത്തേക്കുള്ള
ഇടുങ്ങിയ വഴി
താഴ്‌വാരത്തിൽ ഒരു കാട്ടുപുഴ
പുഴയോരം നിറയെ ഒരു കാലത്ത്
കരിമ്പിൻ പാടങ്ങളായിരുന്നു
മധുരം വിളഞ്ഞ പഴംകാലത്തിന്റെ
പാഴോർമ്മകൾ പോലെ
തണ്ടൊടിഞ്ഞ കരിമ്പിൻ ചെടികൾ
അങ്ങിങ്ങ് കാണാനുണ്ട്
(പോയ കാലത്തിന്റെ മധുരം നിറഞ്ഞ
അറിവുകളും അനുഭവങ്ങളും
കായപ്പുനീരായ് യാത്രികരുടെ മനസ്സിൽ
കിനിയുന്നുണ്ടോ?)

സംഘയാത്രികരുടെ മഹായാത്രയിൽ
തടസ്സമായ് തടിനീജലം മുന്നിൽ
വേനലസാനത്തിലും
തെളിനീരായ് ഒഴുകാറുള്ള കാട്ടുപ്പുഴ
കെട്ടിക്കിടന്നഴുകുന്ന മലിനപ്രവാഹമായ്
കബന്ധശേഷിപ്പുകൾ പേറി
പടിഞ്ഞാട്ടേയ്ക്കൊഴുകുകയാണ്

ഏതാനും നിമിഷനേരത്തിന്റെ
ഇതികർത്തവ്യതാമൂഢതയ്ക്കു ശേഷം
അഗ്രഗാമി
അരയ്ക്കൊപ്പമെത്തുന്ന കാട്ടുപുഴ കടന്ന്
അക്കരെയെത്താൻ തന്നെ ഒരുമ്പെടുകയാണ്...

കാട്ടുപുഴക്കടവിൽ
കലങ്ങിയൊഴുകുന്ന
കാട്ടുപുഴയൊഴുക്കിലേയ്ക്ക്
അഗ്രഗാമി
ഇറങ്ങിക്കഴിഞ്ഞു
ഇടനേരം ഇളവേൽക്കാൻ
നേരമില്ലാതെ
ഇളമുറക്കാരും പിന്നാലെ
കാതരയായവൾ
കാമിനിയായവൾ
ഒരുവൾ പിന്നിലുണ്ടെന്ന കാര്യം
ആരുമാരും ഗൗനിച്ചില്ല...

(വിലക്കപ്പെട്ട കനിയായ് കിട്ടിയ
ഒരു പുത്രനെ ഒരു പെറ്റമ്മ
പുഴയോളങ്ങളിലുപേക്ഷിച്ചത്
ഇതേ പുഴക്കടവിലോ?
പറയാത്ത നേര് പറഞ്ഞു തീർക്കാൻ
ആ പെറ്റമ്മ പുത്രനെ കാത്തിരുന്നതും
ഇതേ പുഴയോരത്തോ?)

പിന്നിലാക്കപ്പെട്ടവൾ
പരാജിതയായ് പിന്മാറാതെ
പുഴയൊഴുക്കിലേയ്ക്ക് സ്വയം
പരിത്യജിക്കുന്നതുപോലെ
ഇറങ്ങുകയാണ്...
ഉടുപുടവ നനഞ്ഞും
ഉടലാകെ തളർന്നുലഞ്ഞും
അവൾ
പുഴയൊഴുക്കിനെ തരണം ചെയ്യുകയാണ്

ഒറ്റപ്പെട്ടവൾ

വഴുക്കലാർന്ന വെള്ളാരങ്കല്ലുകളിൽ തട്ടി
കാലുകൾ പലവട്ടം വഴുതിയിട്ടും
വഴങ്ങാതെ
അറിയാക്കുഴികളുടെ ആഴങ്ങളിൽ
അറിയാതെ കാലിടറിപ്പൂണ്ടുപോയിട്ടും
പതറാതെ
അപരാജിതയായ് തന്നെ
അവൾ അക്കരെയെത്തുന്നു....

നനഞ്ഞുകുതിർന്ന ഉടുപുടവ
പിഴിഞ്ഞുടുക്കാനായ്
ഇലപ്പടർപ്പുകളുടെ മറയത്തേയ്ക്ക്
മാറിനിന്നവൾ
ഇപ്പോൾ
ഏറിവരുന്ന പൈദാഹം
അറിയുകയാണ്
ആദ്യമായ്
ഒറ്റപ്പെട്ടവളുടെ ഏകാന്തതയും
അറിയുകയാണ്
മുമ്പേ നടന്നവർ ആൺപിറപ്പുകൾ
ആണുങ്ങളിൽ
ആരെയും കാണാനില്ലല്ലോ
കാണുന്നത്
ഒറ്റയടിപ്പാതയുടെ താഴത്ത്
ഒറ്റയ്ക്കായ് അവൾ....

രാത്രി
ഇരുൾച്ചിറകുകളിൽ
ആ വനമേഖലയിലേയ്ക്ക്
താഴ്ന്നിറങ്ങാൻ തുടങ്ങുകയായി
മുന്നിൽ
ഒറ്റയടിപ്പാത നിഴലുകളിൽ
മറയുന്നതുപോലെ
അറിയാതെ

പിന്നിട്ട വഴികളിലേയ്ക്ക്
(പിന്നിട്ട ജീവിതത്തിന്റെ നാൾവഴികളിലേയ്ക്കും)
കണ്ണുകളിടറുന്നു
കടന്നുവന്ന പുഴയുടെ
മേലാകാശത്തിൽ
സാന്ധ്യവെളിച്ചം ശേഷിക്കവേ,
ചേക്കേറാൻ ധൃതിപ്പെട്ടു പറന്നുയരുന്ന
പാവം പക്ഷികൾ
(ചേക്കേറാൻ ചേക്കയില്ലാത്ത
മറ്റൊരു പാവം പക്ഷിയായി താനും)
പെട്ടെന്നാണ്
കാലുകൾ ഇടറിത്തളരുന്നതുപോലെ
കണ്ണുകളിൽ ഇരുട്ട് പടരുന്നതുപോലെ
ഒരു നീണ്ട നിലവിളയോടെ
ആ പെൺജീവിതം നിപതിക്കുന്നു!

ഇടതൂടർന്ന ഇലപ്പടർപ്പുകൾക്കിടയിൽ
ഒറ്റയടിപ്പാതയ്ക്കിരുവശവും കാതോർത്തുകിടന്ന
ആഴക്കൊല്ലികളിൽ നിന്നും ഒരു കൈ
അവളെ ആശ്ലേഷിക്കുന്നു!
ആ ആശ്ലേഷണത്തിൽ അവൾ അമരുന്നു)

കുന്നേറിപ്പോകുന്ന കാട്ടുപാത

ധർമ്മയുദ്ധത്തിൽ
ധർമ്മപുത്രനായ് തന്നെ
നേരുകൾക്കെല്ലാം നേരവകാശി
താൻ മാത്രമെന്ന് നിനച്ചവൻ
ഇന്നിതാ
സ്വർഗ്ഗകവാടമെത്താറായിരിക്കുന്നു
അഗ്രജാതനായ തനിക്കു പിന്നാലെ
അജഗണമായ്
അനുജഗണവും
എപ്പോഴുമെന്നപോലെ
ഇപ്പോഴും...!
അയാൾ ധൃത്യമായ് പിന്നിലേയ്ക്ക്
കാതോർക്കുന്നു

ഇല്ല
പിന്നിൽ
കുന്നേറിയെത്തുന്ന കാട്ടുപാതയിൽ
കാലടിച്ചുവടുകളുടെ നേർത്തശബ്ദവും
കേൾക്കാനില്ല
ഇല്ലയനക്കങ്ങളേതുമില്ല
ശൂന്യമായി അയാൾ
അജ്ഞാതവാസത്തിൽ
ഒറ്റപ്പെട്ടുപോയ അവസ്ഥയെക്കുറിച്ച്
ഓർത്തുപോയി
വനവഹ്നിയിൽ വെന്തുതീർന്ന
വൃദ്ധജീവിതങ്ങളെ പ്രതി
അയാൾ വെറുതെ ഖേദിച്ചു

യാത്രയുടെ അവസാനം

മലകയറ്റത്തിന്റെ
മഹാക്ഷീണം പേറുന്ന മനസ്സും ദേഹവുമായി
മഹായാത്രയുടെ അന്ത്യപാദത്തിൽ
എത്തിനിൽപ്പാണിപ്പോൾ
അഗ്രഗാമി

കാരാഗൃഹം പോലുള്ള മഹാസൗധത്തിന്റെ
കാരിരുമ്പിൽ തീർത്ത കോട്ടവാതിൽക്കൽ
ഒറ്റയ്ക്കു നിൽക്കുമ്പോൾ
ഒറ്റപ്പെടുന്നവന്റെ ഉൾതാപം
ആദ്യമായ് അയാളറിയുകയാണ്

എവിടെ ഇത്രയും നാൾ കിനാവുകണ്ട സ്വർണ്ണഗോ
പുരം?
എവിടെ രത്നഖചിതമായ സ്വർഗ്ഗവാതിലുകൾ?
എവിടെ സ്വർഗ്ഗകവാടം കാക്കുന്ന കാവൽഭടന്മാർ?
എവിടെ ചാമരം വീശി എതിരേൽക്കുവാനുള്ള
സ്വർഗ്ഗസുന്ദരികൾ?
പെട്ടെന്ന് കൂടെയില്ലാതെ
പിൻവിളികൾ കാതോർക്കുവാനില്ലാതെ
പുറപ്പെട്ടുപോന്ന

യാത്രയാണ്
വനവാസത്തിന്റെ കഠിനസ്ഥലികളിൽ
അജ്ഞാതവാസത്തിന്റെ അമാവാസിദിനങ്ങളിൽ
ഒറ്റയ്ക്കായ നേരങ്ങളിലും
ഒറ്റയ്ക്കാണെന്നു തോന്നാത്തവൻ
ഇതാദ്യമായ്
ഒറ്റപ്പെട്ടവന്റെ വ്യാകുലതകളറിയുകയാണ്
ആരംഭയാത്രയിൽ
കൂടെവന്നവർ കൂടപ്പിറപ്പുകൾ എവിടെ?
അനുചരന്മാരായ് എപ്പോഴും കൂടെ നടന്നവർ
അനുജന്മാർ ഇപ്പോൾ എവിടെ?

പെട്ടെന്ന് പെയ്തിറങ്ങുന്ന
മഴമേഘം പോലെ
ഒരു വലിയ ഖേദം
അയാളുടെ വിചാരങ്ങളിൽ
ആപതിക്കുന്നു
ഉൽക്കപോൽ വന്നു വീഴുന്ന ഒരു സങ്കടം!
എവിടെ ജീവിതത്തിലാദ്യമായ്
തനിക്ക് പാതിമെയ്യും പാതിമനസ്സും
പങ്കുവെച്ചവൾ?
(അവളിപ്പോൾ എവിടെ)

എപ്പോഴും മുന്നിൽ നടക്കാൻ
വ്യഗ്രതകൊണ്ടവൻ
അഗ്രഗാമി
ആദ്യമായ് പിന്തിരിഞ്ഞു നോക്കുന്നു
പിന്നിലാരുണ്ട് ? (ആരുമില്ലാരുമില്ല)
അഗ്രഗാമിയുടെ ഉത്കണ്ഠകൾ ഏറുകയാണ്
അയാളുടെ ഉത്കണ്ഠകൾ ഉന്മാദം പോലെ
മൂർഛിക്കുകയാണ്
പിന്നിലാരാണ്?പിന്നിലാരാണ്?
(പിന്നിൽ...?)
പിന്നിൽ ഒരുപട്ടി മാത്രം!

2022 ജനുവരി/ജനശക്തി

ഇനിയുമെന്തിന്?

ഇഹപരലോകങ്ങൾക്കാകെയും
അധിപതികളായ് വാഴുന്നവർ
ഉടയോർകളെ,
ഇനിയുമെന്തിനു സങ്കീർത്തനം?

സങ്കടത്തിരകളിൽ നീന്തിത്തളർ-
ന്നുഴലുന്നോർക്കെല്ലാം
വിളക്കുമരമായ് വിളങ്ങിനിൽക്കും
വലിയോർകളേ
ഇനിയുമെന്തിനു സങ്കീർത്തനം?

മരുദൂരങ്ങളിൽ നടന്നു തളരുന്നോർക്കെല്ലാം
തണലായ് തണ്ണീർകുളിർമയായ്
നിത്യസാന്ത്വനം പകരുന്നോരെ-
ന്നുറ്റമാളും സന്തതസഹചാരികളേ,
ഇനിയുമെന്തിനു സങ്കീർത്തനം?

ഏതിരുട്ടിലും കെട്ടുപോകാത്ത വെളിച്ചമായ്
ഏതില്ലായ്മയിലും ഉൺമതന്നുണർവായ്
ആപ്തബാന്ധവരെന്നു വിളികൊണ്ടവർ
ആജന്മരക്ഷകബിംബങ്ങളേ,
മരണത്തിന്റെ കെട്ടതിക്കാറ്റുകൾ
ജീവിതത്തിന്റെ തടസ്ഥലികളിലൂടനീളം
വീശിപ്പടരുമ്പോൾ
സ്വരഭേദജഡിലതകളിൽ
സ്വരജതികളൊക്കെയും വീർപ്പുമുട്ടുമ്പോൾ
ഇനിയുമെന്തിനു സങ്കീർത്തനം
ഇനിയുമെന്തിന്...?

2022/കലാപൂർണ്ണ മാസിക

മനുഷ്യൻ എന്ന ജന്തു ജനുസ്സ്

വൈറസ് എന്ന
ജൈവജനുസ്സിന്റെ
വ്യാപന-സംഹാരശേഷിയിൽ
ഭീതിപ്പെട്ടുഴലുകയാണിന്ന്
ഭൂമിയിൽ മനുഷ്യജന്മങ്ങൾ...

ജനിതകമാറ്റത്തിന്റെ
ജന്മപരിണാമവഴികളിൽ
അതിവേഗം അതിദൂരങ്ങൾ
ചലിച്ചും വ്യതിചലിച്ചും
സഞ്ചരിച്ചു തീർക്കുന്ന വൈറസ്സുകൾ...
(മാറ്റത്തിന്റെ വഴികളല്ലാതെ
വൈറസ്സുകൾക്ക് മറ്റെന്തുണ്ട്
വഴികളായ് പോംവഴികളായ്
ഭൂമിയിൽ)

ഒരേ ജന്തുജനുസ്സിൽപ്പെട്ട
ആൺപിറപ്പുകൾ കൂട്ടംചേർന്ന്
അതേ ജനുസ്സിൽ പിറന്ന പെൺജീവിയെ
കൊന്നും തിന്നും തിന്നാതെ കൊന്നും
കുതിച്ചുമുന്നേറുന്ന കാഴ്ചയുണ്ടീ ഭൂമിയിൽ !

കൊന്നാൽ പാപം തിന്നാൽ തീരും!
എന്ന പഴമൊഴി പാഴ്മൊഴി മാത്രമായ്
ഇന്നു ഭൂമിയിൽ...
കൊന്നാലും തിന്നാലും തീരാത്ത കൊടുംക്രൗര്യ
ങ്ങളിൽ
തീർന്നു പോകുന്ന ജന്തുജനുസ്സായ്
മാനവജന്മങ്ങളിന്നുമാറുന്നുണ്ട്
ഭൂമിയിൽ...
(മനുഷ്യൻ ഹാ, എത്രമഹത്തായ പദം!)

ആണവായുധശേഖരക്കൂമ്പാരങ്ങൾ
ആകാശദൗത്യങ്ങൾ, കടലാഴങ്ങൾ
എല്ലാമുണ്ടായിട്ടുമെന്തേ
സ്വസ്ഥമായ് ശ്വസിച്ചുജീവിക്കാൻ പറ്റാത്ത
ഇടമില്ലാത്തൊരിടമായ് മാറുന്നു ഭൂതലം?

ആരണ്യങ്ങൾ കടന്ന്
 അന്ധനാഴികൾ കടന്ന്
അക്കരെയെത്തിയാൽ
ഒരുസൂര്യോദയമുണ്ടെന്നോതിയ-
താരുടെ സ്വപ്നങ്ങൾ

സ്വയം കുഴിതോണ്ടുന്ന ജീവിയെന്നൊരു-
ചൊല്ലുണ്ടല്ലോ,

ആ ചൊല്ല് ഇന്നൊരു വേഗം കൂട്ടുന്ന
ജന്തുജനസ്സായ് മാറുന്നുണ്ടോ
മനുഷ്യൻ ? (ഹാ എത്ര മഹത്തായ പദം)

2022/മറുവാക്ക് വാർഷികപതിപ്പ്

അധോലോകങ്ങൾ

ആകാശവും ഭൂമിയും പാതാളവും
മൂന്നുലോകങ്ങൾ
എന്നല്ലോ പഴംപുരാണം
പാതാളമെന്നാൽ അധോലോകമെന്നും
പരാവർത്തനം

പാതാളപ്പടവുകൾ ഇറങ്ങിയെത്തുന്ന
ഇടം മാത്രമല്ല അധോലോകമെന്നതോ
പുതുപുരാണം

ആരാച്ചാരന്മാർ കളരിയഭ്യസിക്കുന്ന
കൊലക്കയർ മുറ്റങ്ങളുണ്ട്
ചിരിച്ചുകൊണ്ട് കഴുത്തറുക്കാൻ പഠിപ്പിക്കുന്ന
പാഠശാലയങ്ങളുണ്ട്
സത്യമേവ ജയതേ! എന്നുരുവിട്ടുകൊണ്ട്
നേരിന്റെ നാവരിയുന്ന
ക്രൂര ദേവാലയങ്ങളുണ്ട്

നിരപരാധികളുടെ തൊണ്ടമുഴ നോക്കി
ഉന്നം പിടിക്കാനറിയുന്നവരുടെ
എല്ലാം
അധോലോകത്തിന്റെ വകഭേദങ്ങൾ
അന്നദാതാക്കൾക്ക് അന്നം മുട്ടിക്കാൻ
കരുട്ടുകളൊരുക്കുന്ന വേതാളങ്ങളുടെ
ലോകമുണ്ട്

ജനായത്തമന്ത്രമുരുവിട്ടുക്കൊണ്ട്
ഈ ജീവിതങ്ങളെ ഭക്ഷിച്ചു തീർക്കുന്ന
വഷളൻ വായകളുടെ ലോകമുണ്ട്
തീണ്ടാരിപ്പെൺകിടാങ്ങളെ തൊട്ടുതീണ്ടി
പച്ചക്കു തിന്നു തീർക്കുന്നവരുടെ ലോകമുണ്ട്
ഓരോന്നുമോരോന്നും
അധോലോകത്തിന്റെ പര്യായങ്ങൾ തന്നെ
ഊരു കാക്കാൻ ഉയിരു കാക്കാൻ
ഉരിയരി തേടിപിപോകുന്ന കാട്ടുമക്കളെ
മൃഗയാവിനോദമായ് വകവരുത്തുന്നവരുടെ
നായാട്ടുവഴികളുണ്ട്
നാട്ടുപച്ചകളും നാട്ടുനന്മകളും ചവിട്ടിയരച്ച്
വാണിഭത്തിന്റെ വാഹനവ്യൂഹം
കടന്നുപോകുമ്പോൾ
കമ്മീഷൻ പറ്റി കണ്ടുനിൽക്കുന്നവരുടെ
കാണാമറയത്തെ വാഴ്ചകളുണ്ട്
എല്ലാം
അധോലോകത്തിന്റെ കാഴ്ചഭേദങ്ങൾ!!

2022 ജനവരി/കലാപൂർണ്ണ

തുഴയുമ്പോൾ

പുഴകളിൽ തുഴയുമ്പോൾ
പരക്കം പായുന്ന പരൽമീനുകൾ
വിരുന്നുകാരായെത്തുന്ന കരിമീൻ കുട്ടികൾ,
കരപറ്റാനുഴറിനീന്തുന്ന നീർക്കോലികൾ,
ഒഴുക്കില്ലായ്മയിൽ ഒത്തുകൂടുന്ന ചെമ്മീൻ പിടകൾ...

കടലുകളിൽ തുഴയുമ്പോൾ
പരദേശികൾ വ്യാപാരികളായെത്തിയ പായ്
വഞ്ചികൾ,
ചതിയന്മാർ മുങ്ങാംകുഴിയിട്ടു കുതിച്ചെത്തിയ പടക്കപ്പ
ലുകൾ,
ചാവേറുകൾ കലുഷമാക്കിയ തിമിംഗലത്തിരകളിൽ,
ചോരചീന്തിയ ദേശസ്നേഹത്തിന്റെ ധീരചരിതങ്ങൾ...

കവിതയിൽ തുഴയുമ്പോൾ
കേകയായ് കേളിയാടിയ മംഗളഗീതങ്ങൾ
കാകളിയിൽ താളമിട്ടുപാടിയ സങ്കീർത്തനങ്ങൾ,
മഞ്ജരിയിൽ മാറ്റുരച്ച മാമാങ്കപ്പെരുമകൾ,
മലരണിക്കാടുകളിൽ പുല്ലാങ്കുഴലൂതിയ പ്രണയനൊമ്പര
ങ്ങൾ
ഒപ്പം പവിഴമല്ലികൾ പൂത്ത പച്ചിലക്കാടുകൾ,
ഒറ്റക്കമ്പിയിൽ തംബുരുമീട്ടിയ ഏകാന്തയാമങ്ങൾ...

ഇനിയും
എങ്ങോട്ടു തുഴയണം?
എങ്ങനെതുഴയണം?
ഏതു ദിശാബോധങ്ങൾ തുഴകളാക്കി?
എട്ടുദിക്കുകളിൽ
ഏതുദിക്കിലുണ്ട് പവിഴദ്വീപുകൾ,
പവിഴമല്ലികൾ പൂത്തുലയുന്ന താഴ്‌വാരങ്ങൾ.

വൈറസ്സുകൾക്കൊപ്പം ജീവിക്കുമ്പോൾ

വൈറസ്സുകൾ
ഭീതിയായ് വിഹ്വലതകളായ്
പടർന്നുകേറിയ കെട്ടതിക്കാലം
വിജിഗീഷുവായ മർത്ത്യനും
വിരണ്ടുപോയ പകലിരവുകൾ

കുരുതിവാങ്ങി പിൻമടങ്ങുന്ന
ദുർദേവതയെപ്പോലെ
ഒരുനാൾ
കൊറോണ വൈറസ്സ്
പിൻവാങ്ങുകയാണെന്നു തോന്നിച്ചു
പക്ഷെ, തെറ്റി!
അതാ പിന്നെയും വരുന്നു
തനി സ്വരൂപത്തിനു പകരം
അപരരൂപങ്ങളായ്, രൂപാന്തരങ്ങളായ്
ബഹുരൂപികളായ്, അരൂപികളായ്
അവർ
വന്നുകൊണ്ടേയിരിക്കുന്നു
കുരുതി വാങ്ങി പിൻമടങ്ങുന്ന
ദുർദേവതയെപ്പോലെയല്ല
കെട്ടതികൾ വാരിവിതച്ച്
വീണ്ടും വീണ്ടും
കെട്ടതികൾ കൊയ്തു കൂട്ടുന്ന
വിനാശ ദേവത!
അന്നേരത്താരോ,
അർദ്ധോക്തിയിലെന്നോണം
ഉരുവിട്ടുപോയി-
വൈറസ്സുകൾക്കൊപ്പം ജീവിക്കാൻ
പഠിക്കുക!

ആദ്യം അവിശ്വാസം തോന്നിയ കാര്യം
നാളുകൾ പോകെപ്പോകെ
ആർക്കും ബോധ്യമാവുന്ന വാസ്തവം
വൈറസ്സുകൾക്കൊപ്പം ജീവിക്കുക!

അതേ,
ഞാനിപ്പോൾ
വൈറസ്സുകൾക്കൊപ്പം
സഹവസിക്കാൻ ശീലിക്കുകയാണ്
സഹനങ്ങൾ സഹനീയമാക്കാൻ
ശീലിക്കുകയാണ്...

വൈറസ്സുകൾക്കൊപ്പം ജീവിക്കുമ്പോൾ
ഭയവഹ്വലതകളെ താലോലിക്കാൻ പാടില്ല!

2022 മെയ്/ജനശക്തി

ഈ ആസന്നവർത്തമാനത്തിൽ

ആക്രോശങ്ങളായ്
ചീറിപ്പറക്കുകയാണ്
ആകാശങ്ങളിൽ
ആക്രമണപ്പരുന്തുകൾ

പൂത്തിരികളായ്
പൊട്ടിച്ചിരിച്ചാർക്കുകയാണ്
ഭൂമിയുടെ നെഞ്ചിടങ്ങളിൽ
ബോംബേറുകളുടെ വിനാശങ്ങൾ

കണ്ടുനിൽക്കുന്നവർ
ചിലർ കുന്തിച്ചിരുന്നും
ചിലർ ചിറികൾ കോട്ടിച്ചിരിച്ചും
ഇനിയും ചിലർ
കോപ്രായം കാട്ടി കളിചിരി തമാശിച്ചും
സുരക്ഷിതമെന്നു കരുതുന്ന
സ്വന്തം സ്വന്തം സങ്കേതങ്ങളിൽ
വിജിഗീഷുക്കളായ്
വിരാജിക്കുന്നു.

സംഘർഷങ്ങളുടെ ഈ ദുരിത വർത്തമാനത്തിൽ
സങ്കടങ്ങളല്ലാതെ ഞാനെന്തു കൊയ്തുകൂട്ടും?

മാതൃസങ്കടങ്ങളിൽ
അലയടിച്ചാർക്കുന്നത്
അറിയാക്കടലുകളുടെ ആഴങ്ങളോ?
ശിശുരോദനങ്ങളിൽ
പെരുകി വളരുന്നത്
വരും കാലത്തിന്റെ അലമുറത്തോറ്റങ്ങളോ?

കൂട്ടിയിട്ട കരിയിലകൾക്കു തീപിടിക്കുമ്പോൾ
നെട്ടോട്ടമോടുന്ന വെറും എറുമ്പിൻ കൂട്ടങ്ങളോ
മനുഷ്യകുലജാതന്മാർ?
കാലമറിയാതെ
നേരമറിയാതെ
ഈ ആസന്നവർത്തമാനത്തിൽ!...

2022 ആഗസ്റ്റ്/പ്രഭാതരശ്മി

ബാക്കി പത്രത്തിൽ

ഈ ജീവിതത്തിന്റെ ഭാഗധേയങ്ങൾ തൻ
ബാക്കിപത്രത്തിലെഴുതുവാൻ
ഇനി
എന്തുണ്ടു ബാക്കി?
പടയേറ്റ ഭൂമിയിൽ പൊരുതിനിന്നതും
കടലാഴത്തിരകളിൽ നീന്തിത്തളർന്നതും
അങ്ങനെയങ്ങനെ
ആവർത്തനങ്ങളായ്
പകലിരവുകൾ പോയി മറഞ്ഞതും
പിന്നെയും പകർത്തുന്നതെന്തിന്?

തേടിത്തളർന്ന പകൽപൊറുതികൾ
മേഘം മൂടിയ രാത്രിയാമങ്ങൾ
പങ്കായമില്ലാത്ത പുഴത്തോണിയാത്രകൾ
പാഥേയമില്ലാത്ത ദുർഘടദൂരങ്ങൾ
എല്ലാം
ബാക്കിയുണ്ടെന്റെ
ഭാഗപത്രത്തിലിപ്പൊഴും-
എന്റെ വൈശാഖസന്ധ്യയിൽ
വന്നുദിച്ചവൾ
എന്റെ കൃഷ്ണമണികളിൽ
മൺവിളക്കിൻ വെളിച്ചമായ്
ബാക്കി നിൽക്കുന്നവൾ
എന്റെ കരളിലെ തിരകളിൽ
കാമിതം പോലെ പാടുന്നവൾ
ഇവൾക്കായ് കരുതിവെക്കുവാൻ
എന്തുണ്ടു ബാക്കിയെൻ ജീവിതത്തിന്റെ
ബാക്കിപത്രത്തിൽ?

(കൂടെ വന്നവൾ നീയാണ്
കൂട്ടായിരുന്നവൾ നീയാണ്
ഇപ്പൊഴും
എന്റെ കൂട്ടിലെ കിളിയായിരിപ്പതും
നീയാണ്...
പോരിൻ പെരുവഴിയിൽ
പൊറുതിക്കായ് പൊരുതിക്കേറിയ
പടയാളികളല്ലേ നമ്മൾ?
പാടിത്തീർക്കാൻ പാട്ടുകളിനിയും ബാക്കി
നടന്നു തീർക്കാൻ ദൂരങ്ങൾ ഇനിയും ബാക്കി

ഒന്നിച്ചൊരു മനസ്സായ്
നക്ഷത്രങ്ങൾ കണ്ടുനടക്കാൻ, കണ്ണിൽ നിറക്കാൻ
ഇനിയും ബാക്കി)

വംശവൃക്ഷത്തിന്റെ പച്ചിലച്ചില്ലയിൽ
വന്നുണർന്നവർ മൂന്നു പൂവുകൾ
ഇനിയൊരിക്കലീ ജീവിതം ഭൂമിയിൽ
തിരികെയില്ലെന്ന തിരകളിൽ മുങ്ങവേ
ചിരി തുടിക്കുന്ന പൂക്കളായ് മാറുവാൻ
ചോരയിൽ പൂത്തുണർന്നവർ മക്കൾ-
ഭാഗപത്രത്തിലെത്തു ഞാൻ ഇപ്പോൾ
ബാക്കിയാകുന്നു മക്കൾക്കു മാത്രമായ്!

(വറ്റി വരളുന്ന പുഴകൾക്കു നടുവിലെ
കത്തിയെരിയുന്ന പാറകൾ മാത്രമോ മക്കളേ,
നട്ടെല്ലുതകർന്നിടറിവീഴുന്ന
സഹ്യന്റെ സഹനമോ മക്കളേ,
കടലോടി വന്ന കാറ്റുകളെല്ലാം
തിരികെവീശുന്ന കെടുതിയുടെ കാലമോ മക്കളേ,
ജീവിതത്തിന്റെ ബാക്കിപത്രത്തിൽ ഞാൻ
ബാക്കിയാകുന്നു നിങ്ങൾക്കുമാത്രമായ് മക്കളേ...?)

കൂട്ടുകൂടിക്കഴിഞ്ഞവർ, കൂട്ടംതെറ്റിപ്പിരിഞ്ഞവർ
കൂട്ടുകാർക്കെന്തു നൽകണം ഞാൻ?
ചതികളെന്തെന്ന പാഠം പകർന്നു തന്നവർ
ചങ്ങാതിമാർക്കെന്തു നൽകണം ഞാൻ?
സ്നേഹമായ് സാന്ത്വനങ്ങളായ് ഇപ്പൊഴും
കൂടെ നിൽക്കുന്ന സൗഹൃദങ്ങൾക്കു മാത്രമായ്
എന്തു ഞാൻ ബാക്കിവെക്കണം എന്റെയീ
ജീവിതത്തിന്റെ ഭാഗപത്രമാം ബാക്കി പത്രത്തിൽ?

2022 സെപ്തംബർ/കലാപൂർണ്ണ

നായ്ക്കളുടെ ഈ നേരം!

'നായ്ക്കളുടെ ഈ ലോകം'! എന്ന്
കാക്കനാടൻ പണ്ടു പറഞ്ഞത്
ആക്ഷേപഹാസ്യത്തിന്റെ
അക്ഷരപ്പെട്ടിയിൽ.

അൽപം ഭേദഗതിയോടെ
'നായ്ക്കളുടെ ഈ നേരം!' എന്ന്
മാറ്റിപ്പറയാൻ
നേരമായില്ലേ നാട്ടാരേ?
ഇന്നാണെങ്കിൽ
തരാതരങ്ങളുണ്ട് നായ്ക്കൾ.

ഊരുതോറും തെണ്ടിത്തിരിയുന്ന തെമ്മാടികൾ
ഉലകം ചുറ്റും വാലിബച്ചാരായ ബാഹുബലികൾ
പച്ചയിറച്ചി പച്ചയായ് തന്നെ
തിന്നുതീർക്കുന്ന ഉദരംഭരികൾ
'പാവം ഞാനേ!' എന്ന ഭാവത്തിൽ
ആരാന്റെ ചങ്കിൽ കോമ്പല്ലുകളാഴ്ത്തുന്ന
ചതിയൻ ചങ്ങാതികൾ,
എല്ലാതരങ്ങളുമുണ്ട്, കേട്ടോ!
'കുരക്കും പട്ടി കടിക്കില്ല' എന്ന പഴമൊഴി
പാഴായ്പ്പോയ മൊഴിയാണിപ്പോൾ,
കുരക്കും പട്ടിയും കുരക്കാത്ത പട്ടിയും
ആരെയും കടിക്കുമിപ്പോൾ
തരംപോലെ തക്കംപോലെ.
നായ്ക്കോലം കെട്ടി
നാണംകെടുന്ന പണിയൊക്കെ പണ്ടാണ്
ഇന്നാണെങ്കിൽ
നായ്ക്കോലം കെട്ടിയാൽ
നാലാളറിയും
നാലാളറിയുമ്പോൾ
നാടറിയും നാട്ടുകൂട്ടമറിയും
അങ്ങനെയങ്ങനെ
ജനായത്തിൽ അവർ ജനസമ്മതരാവും

അധികാരപീഠങ്ങളിൽ
അവരങ്ങനെ വിരാജിക്കും
പോരേ?

കൂട്ടിലെ പട്ടിക്കിപ്പോൾ കൂട്ടുകൂടാനാരുമില്ല
തെരുവിലെ പട്ടിക്കാണെങ്കിൽ
സർവത്ര സഞ്ചാര സ്വാതന്ത്ര്യസുഖം
കിടയുന്നതെന്തും കട്ടെടുക്കാം
കാണുന്നവരാരെയും കടിച്ചുകീറാം
മൃഗസ്നേഹത്തിന്റെ മൃഗയാവിനോദങ്ങളും
നീതിപീഠത്തിന്റെ നീതിസാരങ്ങളും
കൂട്ടിനുണ്ട് (കുശാൽ!)

നായ് എന്നാൽ നരനെന്നുമാവാം:
അർത്ഥാന്തരത്തിന്റെ അന്ധനാഴിയിൽ
ആഴ്ന്നമരുമ്പോൾ
അനർത്ഥങ്ങൾ ഓരോന്നോരോന്നും
പേ നാക്കുകൾ നീട്ടി
കോമ്പല്ലുകൾ കാട്ടി
ഭൂമിജീവിതത്തിനുമേൽ
കുരച്ചു കുതിച്ചെത്തുകയാണ്...
(പട്ടിത്തരങ്ങളെ പരാമർശിച്ച കൂട്ടത്തിൽ
വിട്ടുപോയ, വിട്ടുപോകാൻ പാടില്ലാത്ത രണ്ടു
തരങ്ങൾ കൂടി:
Pay പട്ടികൾ
Pay പട്ടികൾ
ഭേദപ്പെട്ട തരങ്ങളാണേ!
വേണ്ടി വന്നാൽ
ഭൂഗോളവാണിഭത്തെയും ഒപ്പം
ആഗോള രാഷ്ട്രീയത്തെയും
കടിച്ചുകുടയാൻ ശേഷിയുള്ള തരങ്ങൾ!)

ഒരു ഉൽക്കണ്ഠ മാത്രം ഇപ്പോഴും ബാക്കി നിൽക്കുന്നു:
നാളെ വീണ്ടും നേരമിരണ്ടു തെളിയുമ്പോൾ
ഈ പേ നാക്കുകളുടെ നേരം
അപ്പോഴും ശേഷിക്കുമോ ?

2022 നവംബർ/ജനശക്തി

ആദിവാസി

ഞാൻ ആദിമൻ
ഭൂമിവാസത്തിന്റെ ആദ്യവകാശിക്ക്
അനന്തരവൻ.
ഇക്കാണും മലകൾക്കും മയിലാട്ടും കുന്നുകൾക്കും
നേരുള്ള നേരവകാശി.
മാളോർ മനസ്സുകളിലെല്ലാം
മാറാപ്പേരായ് മറുകായ്
പേരുപതിഞ്ഞവൻ
ഞാൻ
ആദിവാസി.

ഉള്ളിലുലയൂതും തീയടുപ്പുകെടുത്താൻ
ഉരിയരി തേടി തെണ്ടിത്തിരിഞ്ഞ
ആദിവാസിയാം എന്നെ
ആരു കൊന്നു?
കാട്ടുമകൻ എന്നെ
കാടിന്റെ മാറിടത്തിൽ തന്നെ
കൊന്നുതള്ളിയ
പാതകിയാര്?
കണ്ടു നിന്നവർ സാക്ഷി!
കേട്ടു നിന്നവർ സാക്ഷി!
നന്മകൾ നീരൊഴുക്കായ നൂറുപുഴകൾ സാക്ഷി !
ആകശ മേഘങ്ങളും
ആയിരം നക്ഷത്രങ്ങളും
സാക്ഷി !

കാട്ടുതിനയും കാട്ടുകിഴങ്ങും ആഹരിച്ച്
കാട്ടുചോലയിലെ തെളിനീർ കടിച്ചു ദാഹം തീർത്ത്

കാട്ടുതേൻ തേടിയലഞ്ഞും
കാട്ടുപൊയ്കയിൽ കുളിച്ചു കേറിയും
ഊരിൽ പാർപ്പുറപ്പിച്ച്
ഊരുമൂപ്പനും ഊരുകാവലുമായി

അല്ലലില്ലാതെ
അലമ്പുകളില്ലാതെ
ജീവിതം ജീവിച്ചവർ ഞങ്ങൾ...
ഞങ്ങളുടെ
അല്ലലില്ലായ്മയിലേക്ക്
അലോസരങ്ങളുമായ്
കടന്നു വന്നവൻ നീയാര്?
കാണുന്നതെല്ലാം കവർന്നെടുക്കാൻ
കിട്ടുന്നതെന്തും കയ്യടക്കാൻ
കയ്യേറ്റക്കാരനായ്
കടന്നു വന്നവൻ
നീ
ആധുനികൻ!
ഞങ്ങളുടെ സ്വസ്ഥതകളിലേക്ക്
ഞങ്ങളുടെ സുഖങ്ങളിലേക്ക്
ആർത്തിയുമായി കടന്നു വന്ന്
ഓരോന്നും കവർന്നും കയ്യടക്കിയും
ഉരിയരികിട്ടാക്കീടാങ്ങളാക്കി ഞങ്ങളെ
നീ
അഭിജാതൻ!

പണിയെടുത്തു പണിയെടുത്ത്
പണിയരായവർ ഞങ്ങൾ
പണിയർ
പകൽചായും വരെയും
പകൽച്ചൂടിന്റെ പൊറുതികേട്
രാവറുതിയെത്തുവോളം
രാത്തണുപ്പിന്റെ കൊളുകടി
ആയുസ്സാകെ
അറുതിയില്ലാത്ത ദുരിതങ്ങളിൽ
അകപ്പെട്ടുപോകുന്നവർ ഞങ്ങൾ.

ഉരുൾപൊട്ടിയമർന്നും
മലമടക്കുകളിടിഞ്ഞു തകർന്നും
മലവെള്ളപ്പാച്ചിലിൽ
ഒഴുകിയൊടുങ്ങിപ്പോകുന്ന
ഞങ്ങൾ ആവസിക്കുമിടങ്ങൾ

കാണുന്നതെല്ലാം കയ്യേറി
കിട്ടുന്നതെന്തും കയ്യടക്കി
വേട്ടനായ്ക്കൾക്കൊപ്പം
വേട്ടയാടിയെത്തിയ
നാടന്മാർ നായാടി മക്കൾ
കാട്ടുമക്കൾ ഞങ്ങളെ
മുച്ചൂടും മുടിച്ചവർ!

ഒതുക്കപ്പെട്ട്
ഒടുക്കപ്പെടുമ്പൊഴും
പിന്നെയും മുളപൊട്ടിയുണരുന്ന
കാട്ടുമണ്ണിന്റെ കാമനകൾ ഞങ്ങൾ!

നീതിപീഠങ്ങൾക്കരികിൽ
ഇടം കിടയാത്തവർ
നീതിസാരങ്ങളിൽ
സാരമില്ലാതാക്കപ്പെട്ടവർ ഞങ്ങൾ !

ആദിയും അന്തവുമില്ലാത്ത
കാലമെന്ന കടൽ
നിരന്തരം തിരയടിക്കുന്ന
തിരകളിൽ തീർന്നുപോകുന്ന തീരങ്ങൾപോലെ

ഇപ്പോഴും
ഞാൻ
ഞങ്ങളായ്
ബാക്കി നിൽക്കുന്നു
ഏകവചനത്തിലും
ബഹുവചനമായിട്ടു ബാക്കി നിൽക്കുന്ന
ഞാൻ
ആദി
ഞങ്ങൾ
ആദിവാസി

2022 സെപ്തംബർ/ജനശക്തി

കനലുകൾ

പിതാക്കന്മാരും കന്യാമക്കളും
കന്യാമക്കൾക്ക്
കന്യകാത്വം വിധിക്കാത്ത
പിതാക്കന്മാർ
പാപഭാരം ചുമക്കാൻ മാത്രം
അവരെ പ്രാപ്തരാക്കുന്നു
-ആമേൻ!

ആർത്തവം/ശുക്ലം
ആർത്തവരക്തം
അശുദ്ധിയെന്നു വിധിപ്രസ്താവിക്കുന്ന
ആണത്തന്മാരേ,
അതേ ന്യായത്തിൽ
ശുക്ലവും
അശുദ്ധിയെന്ന്
സ്വയം വിധിക്കാത്തതെന്ത്?

പ്രളയത്തിലോ പാതാളത്തിലോ
നിവർന്നുനില്പിന്റെ അവലംബം
തകർക്കപ്പെട്ടാൽ
നിലനിൽപ്പ്
പ്രളയത്തിലോ പാതാളത്തിലോ
നിപതിക്കാതെ വയ്യ!

ചരിത്രവിധിയും ചരിത്രഗതിയും
വിധിക്കപ്പെടേണ്ടവർ
വിധിക്കപ്പെടണം എന്നത്
ചരിത്രവിധിയെങ്കിൽ
ചരിത്രഗതി
പലപ്പോഴും
ഗതിമാറിപ്പോകുന്നതെന്തുകൊണ്ടാണ്?

കടലും കാടും മഴുവും
പരശുരാമൻ പണ്ട്
മഴുവെറിഞ്ഞ്
കടലിൽ നിന്നും കരയുണ്ടാക്കി
ഇന്നത്തെ പരശുരാമൻ
മഴുവുംകൊണ്ട് കാടുകേറി
മരമായ മരമെല്ലാം വെട്ടിമാറ്റി
തരിശുണ്ടാക്കുന്നു.

2022 ഡിസംബർ/ജനശക്തി

ബഹുസ്വര ബഹുരൂപി(കൾ)

സ്ഥിതവ്യവസ്ഥയുടെ നടവഴികളിൽ
കാൽനട പോകാൻ വിസമ്മതിച്ചവൻ
ഉന്മൂലനത്തിന്റെ ഉദകനാളുകളിൽ
ഉഗ്രവാദത്തിന്റെ സ്ഥിരം സൈദ്ധാന്തികൻ
ആഗോളീകരണം പൂത്തുലയാൻ തുടങ്ങിയ നേരം
നോക്കി
ആകാശയാനങ്ങളിൽ സഞ്ചരിച്ച്
ആഗോളമാനവനായി ചമഞ്ഞ സൂത്രക്കാരൻ
അന്യദേശ കവികളെ ഭാഷാന്തരപ്പെട്ടുത്തി ഭക്ഷിച്ച്
ഭക്ഷിച്ച്
ഭാഷകളെത്തന്നെ ഭക്ഷ്യമായ് ശീലിച്ചുപോയവൻ
അനന്തരം
അന്നന്നു വാഴുന്നവരെ
പ്രത്യക്ഷമായും പരോക്ഷമായും
സ്തുതിച്ചും താലോലിച്ചും
തൻകാര്യം സുഖകരമാം വിധം
സാധിച്ചെടുത്തവൻ.

പെണ്ണെഴുത്ത് പുഷ്ക്കലമായിത്തീർന്ന
നേരം നോക്കി
നാവോറു പാട്ടുപോലെ
നാട്ടുനീളെ സ്വയം വക്താവായി
മേനി നടിച്ചവൻ
പല പോസിലുള്ള ഫോട്ടോകളിൽ
സ്വയം അഭിരമിച്ചും
പല ദേശങ്ങളിൽ വ്യോമയാനവേഗങ്ങളിൽ
സഞ്ചരിച്ചും സുഖിച്ചും

ആരംഭകാലത്തെ കോഴിച്ചങ്ങാതിയെ
മറന്നേപോയ കാക്കക്കൂട്ടുകാരൻ
(വീട്ടുതൊടിയിൽ ഒന്നിച്ചൊരേ പ്രായത്തിൽ
കൊത്തിയും പെറുക്കിയും ചിക്കിച്ചികഞ്ഞും
കഴിഞ്ഞുപോയ കുട്ടിക്കാലം
മറന്നേ പോയല്ലോ!)

ഇപ്പോൾ
ബഹുസ്വരങ്ങളിൽ
പാടിപ്പറയാനറിയുന്നവൻ
ബഹുരൂപങ്ങളിൽ
വ്യവഹരിച്ചും വ്യാപരിച്ചും
ജീവസന്ധാരണം സാധ്യമാക്കുന്നവൻ
(അർത്ഥം കൊണ്ട് ഏകവചനമെങ്കിലും
അനുഭവം കൊണ്ട് ബഹുവചനത്തിൽ
വിരാജിക്കുന്നവൻ!)

2023 ജനുവരി/ജനശക്തി

പശ്ചിമഘട്ടം

സഹ്യനെന്ന് സാഹിതീയം
നിശ്ശബ്ദതാഴ്‌വാരമെന്ന പാരിസ്ഥിതികം
ആദിമർ1ക്ക് ആത്രുഢമെന്ന് ദ്രാവിഡം

പക്ഷെ പറഞ്ഞിട്ടെന്താ?
തിരുമാടികൾ
കോടാലികളുമായ്
പണിപ്പുറപ്പാടിൽ തന്നെ,
കുന്നിടിച്ച് കുളം കോരാൻ
കുഴിതോണ്ടികൾ
തത്രപ്പാടിൽ തന്നെ

മുഖ്യധമനി മുറിയുമ്പോൾ
രക്തജലം
പ്രളയങ്ങളായ് കുത്തിയൊഴുകുന്നു
കശേരുക്കൾ തകർന്നുടയുമ്പോൾ
ഉരുൾപൊട്ടുന്ന വിനാശങ്ങൾ
പെരുകിപ്പടരുന്നു
സിരകളോരോന്നും ചതഞ്ഞരയുമ്പോൾ
ദിശാബോധവും ബോധ്യങ്ങളും
നിലതെറ്റി വീഴുന്നു

കദളിവാഴകൾ കുലച്ചുകായ്ച്ച താഴ്‌വാരങ്ങൾ
വർണത്താമരകൾ പൂത്തുണർന്ന കാട്ടുകുളങ്ങൾ
സർപ്പങ്ങൾ2 പൊൽപ്പിടികൂടിയാടിയ3 പുല്ലാനിപ്പൊന്തകൾ

മാനുകളും മയിലുകളും കളിയാടിയ കാനനമേട്ടുകൾ
തിനയും ചാമയും 4കയമക്കതിരുകളും

കതിരിട്ടു നിന്ന നൂറുമേനികൾ
എല്ലാം

ഭൂതകാലത്തിന്റെ തടസ്ഥലികളിൽ
ഫോസിലുകളായ് മാത്രം ബാക്കിയാവുമോ?

കൂട്ടരേ
കൂട്ടമണിയടിക്കുവാൻ
നേരമായില്ലേ?
മലകൾക്കും മേട്ടുകൾക്കും മുകളേറി
കാട്ടുകഴുകന്മാർ
കൊക്കുകൾ രാകി
കാത്തിരിക്കുകയല്ലേ?

പറവജാതികളുടെ പാടിത്തീരാത്ത സങ്കടങ്ങൾ
അന്തരീക്ഷത്തിൽ അലമുറകളാവുമ്പോൾ
കവികുലജാതരുടെ കരഞ്ഞുതീരാത്ത പയ്യാരങ്ങൾ
പാഴായ് തീരാതിരിക്കുമോ?

നിശ്ശബ്ദ താഴ്‌വാരങ്ങളും
ഹരിതവിസ്താരങ്ങളും
എന്നേയ്ക്കുമായ്
ഒടുങ്ങിത്തീരുമ്പോൾ
സമകാലസന്ധിയിൽ
ഇനിയുമൊരു പാട്ടുകിളി
പറന്നെത്തില്ലല്ലോ!

കുറിപ്പുകൾ:
1. ആദിമർ- ആദിവാസികൾ
2. പൊൽപ്പിടിക്കൂട്ടുക - ഇണചേരുക
3. പുല്ലാനിപ്പൊന്തകൾ- കാട്ടുകുറ്റിച്ചെടികൾ
4. കയമക്കതിരുകൾ - നാടൻ നെല്ല്

2023 ഫെബ്രുവരി/ജനശക്തി

ഇനിയുമെന്തിന്?

ഇഹവരലോകങ്ങൾക്കാകെയും
അധിപതികളായ് വാഴുന്നവർ
ഉടയോർകളേ,
ഇനിയുമെന്തിനു സങ്കീർത്തനം?

സങ്കടത്തിരകളിൽ നീന്തിത്തളർ-
ന്നുഴലുന്നോർക്കെല്ലാം
വിളക്കുമരമായ് വിളങ്ങിനിൽക്കും
വലിയോർകളേ
ഇനിയുമെന്തിനു സങ്കീർത്തനം?

മരുദൂരങ്ങളിൽ നടന്നു തളരുന്നോർക്കെല്ലാം
തണലായ് തണ്ണീർകുളിർമയായ്
നിത്യസാന്ത്വനം പകരുന്നോരെ-
ന്നുറ്റമാളും സന്തതസഹചാരികളേ,
ഇനിയുമെന്തിനു സങ്കീർത്തനം?

ഏതിരുട്ടിലും കെട്ടുപോകാത്ത വെളിച്ചമായ്
ഏതില്ലായ്മയിലും ഉൺമതന്നുണർവായ്
ആപത്ബാന്ധവരെന്നു വിളികൊണ്ടവർ
ആജന്മരക്ഷകബിംബങ്ങളേ,
മരണത്തിന്റെ, കെട്ടതിക്കാറ്റുകൾ
ജീവിതത്തിന്റെ തടസ്ഥലികളിലുടനീളം
വീശിപ്പടരുമ്പോൾ
സ്വരഭേദജഡിലതകളിൽ
സ്വരജതികളൊക്കെയും വീർപ്പുമുട്ടുമ്പോൾ
ഇനിയുമെന്തിനു സങ്കീർത്തനം
ഇനിയുമെന്തിന്...?

കലാപൂർണ്ണ മാസിക

വിതയ്ക്കുന്നവർ വിളവെടുക്കുന്നവർ

വിതയ്ക്കുന്നവർ
എപ്പോഴും വിളവെടുക്കുന്നവരല്ല
വിതയ്ക്കുന്നവർ പക്ഷെ,
എപ്പോഴും വിയർക്കുന്നവർ
വിളവെടുത്തുണ്ണുന്നവർ പക്ഷേ,
ഒരിക്കലും വിയർക്കുന്നവരല്ല
'നമ്മള് കൊയ്യും വയലെല്ലാം
നമ്മുടേതാവും പൈങ്കിളിയേ!'
എന്ന പഴംപാട്ട്
പഴം പാട്ടായി തന്നെ ബാക്കിനിൽക്കുന്നു,
പലപ്പോഴും പാഴ്പാട്ടായ്
തേങ്ങി നിൽക്കുന്നു...
ആരാന്റെ വയലിൽ വിതയൊരുക്കാൻ
ആരുണ്ട് ആരുണ്ട് കണ്ടമുത്താ?
ആരാന്റെ മണ്ണിൽ വിയർപ്പൊഴുക്കാൻ
ആരുണ്ട് ആരുണ്ട്, ചാത്തനുണ്ടോ?
പാടവരമ്പുകൾ ഓരോന്നുമോരോന്നും
കൂർന്നുപോകെ,
പാടങ്ങളൊക്കെയും
ഓരോന്നുമോരോന്നും
തീർന്നുപോകെ,
പുന്നെല്ലുകൊത്തിപ്പറക്കാനൊരുങ്ങി
ചിങ്ങെത്തുന്ന
പച്ചപ്പനന്തത്തയെങ്ങുപോയി?
പാട്ടുകിളികളും പാടക്കിളികളും
കൂട്ടമായ് തന്നെ പറന്നകന്നോ?
പണ്ടത്തെ പൈങ്കിളിപ്പാട്ടിലെപോലെ
പണ്ടാരോ കണ്ടുമറന്ന കിനാവുപോലെ
പാടവരമ്പുകൾ കൂർന്നുതീരുന്നു,
പാടങ്ങളോരോന്നും തീർന്നുപോകുന്നു...

2023 ഫെബ്രുവരി/കർഷക തൊഴിലാളി

കടൽപക്ഷിയും മഞ്ഞക്കിളിയും

പരസ്പരം പാടുമ്പോൾ
ഓർമകളിൽ സഞ്ചരിക്കുമ്പോൾ
ആഴങ്ങളിലമർന്നുപോയ
പുരാതന നാവികന്റെ
പായ്ക്കപ്പലിന്റെ ഫോസിലുകൾ...

പവിഴദ്വീപു തേടിപ്പോയ
മുക്കുവ കുമാരന്റെ സാഹസം
നീരാളിത്തിരകളിൽ കുരുങ്ങിപ്പിടഞ്ഞ്
ഒടുങ്ങിപ്പോയതിന്റെ സങ്കടങ്ങൾ...

ചരിത്രത്തിൽ സഞ്ചരിക്കുമ്പോൾ
റോമൻ പ്രതികാരത്തിനു മുമ്പിൽ
പതറിപ്പിൻ മാറാതെ
പൊരുതി നിൽക്കുന്ന
അടിമയോദ്ധാക്കളുടെ
ആയോധന വീറുകൾ...

പിന്നെയും എത്ര പടയേറ്റങ്ങൾ!
സ്വാതന്ത്ര്യമെന്ന ചുകന്ന സ്വപ്നത്തിന്റെ
തീനാളത്തിൽ
പൊലിഞ്ഞുതീർന്ന എത്ര യൗവനങ്ങൾ!

ചോരയിൽ കുതിർന്ന
എത്ര പടവിളിപ്പാട്ടുകൾ
ബലിമരണങ്ങൾ,
കണ്ണീർച്ചെരാതുകൾ!...

തകർന്നുടഞ്ഞ എത്ര തന്റേടങ്ങൾ,
വീണുപോയിട്ടും
കെട്ടുപോകാത്ത
എത്ര വെളിച്ചങ്ങൾ!*...

സമകാലികതയിൽ സഞ്ചരിക്കുമ്പോൾ
ചെകിളകളിൽ ചതിച്ചോരുക്കുമായ്
തിരയേറ്റങ്ങൾക്കൊപ്പം
ചില ജന്തുജനുസ്സുകൾ
കരപിടിക്കാൻ ഒരുങ്ങിയെത്തുന്നുണ്ട്

തീരത്തെ ചെളിയിൽ പൂഴ്ന്നുകിടന്ന്
മുതല കൂട്ടങ്ങൾ ചിലത്.
കരയേറാനൊരുങ്ങിയെത്തുന്ന
ചതിച്ചെകുത്താന്മാർക്കായ്
വരവേൽപിനായ് ഒരുങ്ങുന്നുണ്ട്.

അന്നേരം തോണിത്തുമ്പിൽ ഒറ്റക്കിരുന്ന്
സമുദ്ര വിഷാദത്തിന്റെ ഏതോ
വിധുര ഗാനമെന്നോണം
ഉത്ക്കണ്ഠയിൽ സ്വരമിടറി
ഒരു കടൽപക്ഷി പാടുന്നുണ്ട്.

കരയിൽ മറുപാട്ടെന്നോണം
മാന്തോട്ടത്തൊടിയിൽ
പച്ചിലക്കൂടാരത്തിൽ നിന്നും
ഒരു മഞ്ഞക്കിളിയും പാടുകയാണ്.

വരും കാലത്തെ വിത്തുകളെക്കുറിച്ചും
വിളകളെക്കുറിച്ചും
വിടർന്നു നിറവേറാനിരിക്കുന്ന വസന്തകാലത്തെക്കു
റിച്ചും
ആഹ്ലാദ ഭരിതമായ ഏതോ സ്വരജാതിയിൽ
പാടുക തന്നെയാണ്.

കുറിപ്പ് : * ക്യൂബൻ ദേശീയകവി ചെഗുവേരയെക്കുറിച്ച് എഴുതിയ കവിതയിൽ "നീ വീണുപോയിട്ടും നിന്റെ വെളിച്ചം കെട്ടുപോയിട്ടില്ല"

2023 ഏപ്രിൽ/ജനശക്തി

സംഘമിത്രയോട്

ചരിത്രത്തിന്റെ സംഘർഷങ്ങളിലൂടെ
സഞ്ചരിക്കവെ
ഇടമുറിഞ്ഞ ഏതോ ഇടവേളയിൽ
പരസ്പരം ബന്ധിച്ചവർ നമ്മൾ.
ബോധിസത്ത്വന്റെ നിർവാണവഴികളൊന്നും
പോംവഴികളല്ലാതായിത്തീരുന്ന
പുതുകാലത്തിന്റെ ചരിത്രസന്ധിയിൽ
പെരുമ്പാത പിന്നെയും വളരുമ്പോൾ
സംഘമിത്ര,
വീണ്ടും പുറപ്പെട്ടുപോകുവാൻ
നേരമാകുന്നുവോ?

ദേശാന്തരങ്ങളിലേക്കുള്ള
യാത്രകൾക്കുമപ്പുറം
ഗോളാന്തരയാത്രകൾക്ക് കോപ്പുകൂട്ടുന്ന
മനുഷ്യകുലജാതന്മാർ
പക്ഷേ,
ലക്ഷ്യമാർഗങ്ങൾ മറന്നുപോവുകയാണോ?
ഈ നല്ല ഭൂമിയെ തുണ്ടുകളാക്കി
ദേശരാഷ്ട്രങ്ങളെന്ന് പേരിട്ടും
അതിരുകൾ നിശ്ചയിച്ച്
അതിർത്തികൾക്കപ്പുറമുള്ള ആരെയും
അപരന്മാരെന്ന് മുദ്രചാർത്തിയും
സൗഹൃദമെന്ന് ഉച്ചരിക്കുമ്പോഴും
ശത്രുതമാത്രം ഉള്ളിലൊളിപ്പിച്ചും
വാണരുളുന്നവർ
മാനവമൈത്രിയെക്കുറിച്ച്
ഗീർവാണം പുലമ്പുന്നതിലെന്തർത്ഥം?
സംഘമിത്ര,
നമ്മളോർക്കുന്നില്ലേ,
ഗാന്ധാരത്തിന്റെ രാജപുത്രിയായവൾ
ഭാരതവധുവായി വന്നെത്തിപ്പോൾ

സ്വയം കണ്ണുകെട്ടിക്കഴിയാൻ വിധിക്കപ്പെട്ടവൾ.
ഇപ്പോഴും
ഗാന്ധാരത്തിന്റെ പെൺജീവിതങ്ങൾ
കണ്ണുകൾ മൂടിക്കെട്ടി
വായകൾ വാക്കുകളില്ലാതെ കൊട്ടിയടച്ച്
വാഴ്‌വിതിൽ വാഴാൻ
വിധിക്കപ്പെട്ടുകയല്ലേ?

സംഘമിത്ര,
നീ നിന്റെ ചരിത്രസഞ്ചാരം
തുടർന്നേ പോവുക.
ഒറ്റയ്ക്ക് പോകുന്ന ഈ യാത്രയിൽ
നീ ഒറ്റയ്ക്കല്ല എന്നറിയുക
(സംഘബോധത്തിന്റെ സംഗീതം
സിരകളിൽ ചിറകടിച്ചുണർന്നേ പറക്കുമ്പോൾ
ഒറ്റയ്ക്കാവുന്നതെങ്ങനെ?)
മനുഷ്യന്റെ ഭാഗധേയവിധികൾ
വിനാശങ്ങളിൽപ്പെട്ട് ചുഴലുമ്പോൾ
അപ്പോഴും
ത്യാഗധീരതയാർന്ന ചുവടുകളിൽ
ദൂരങ്ങളും ദുരിതങ്ങളും
മറികടന്ന്
നീ നിന്റെ ദീർഘസഞ്ചാരം
സൂര്യോദയ നിമിഷങ്ങളിലേക്ക്
പൂർത്തീകരിക്കുക.
(സഹബോധത്തിന്റെ
സാന്ത്വനങ്ങളുമായി
ഞാനുണ്ടാവും നിനക്ക് കൂട്ടിന്!).

2023/മറുവാക്ക്

www.ingramcontent.com/pod-product-compliance
Lightning Source LLC
LaVergne TN
LVHW090411051026
849518LV00006B/2318
* 9 7 8 9 3 5 5 1 7 4 1 4 7 *